E-Z DICKENS SUPERHERO AKLAT 3:

ANG PULANG KWARTO

Cathy McGough

Stratford Living Publishing

Ang bersyong ito ay inilathala noong Mayo, 2026.

ISBN: 978-1-997879-47-3

Art Powered by Canva Pro.

SINASABI NG MGA MAMBABASA...

LIMANG BITUIN - MAMIMHINASSA SA AMAZON

"Ang saya ng kuwentong ito at napakarami nang nangyari. Gustung-gusto ko ang pagkatao ng mga karakter, lalo na si EZ. Ang ganda ng pagkakakilala sa pamilya niya, at talagang na-enjoy ko ang puting silid. Sa tatu lang, gusto ko rin ng sarili kong puting silid at ang bagong kapangyarihang ipinagkaloob kay EZ sa bandang huli ng libro—ayaw kong mag-spoiler pero, grabe, ang astig.

Bilang isang gamer, talagang na-appreciate ko ang plot. Bukod sa laro, naisip ko rin na ang Mga Tagahuli ng Kaluluwa ay isang napaka-orihinal at astig na konsepto. Ang ending!! Oh. My.

Kailangan kong basahin ang susunod na bahagi para makita kung paano magkakalutas ang lahat."

TALAAN NG MGA NILALAMAN

Para sa mga naniniwala...

"Ang bayani ay isang karaniwang indibidwal na nakakahanap ng lakas upang magtiyaga at magtitiis sa kabila ng napakalalaking balakid."

Christopher Reeve

PANIMULA

Dalawang taon na ang lumipas, at Disyembre uno na, ang ikalabing-limang kaarawan ni E-Z. Kahit na sobrang lamig sa labas at bumubuhos ang mga kristal ng niyebe sa paligid nila, determinado siya at ang kanyang pamilya at mga kaibigan na gaganapin ang kanyang pagdiriwang sa labas kung saan may nakahandang bonfire para magpainit sa kanila at isang barbecue.

Ngayon na mag-asawa na sina Samantha at Sam, mas naging abala pa ang tahanan ng mga Dickens. Hindi nawawalan ng saya kapag may mga kaibigang bumibisita.

Ang kasal nina Sam at Samantha ay isang maliit na seremonya na ginanap sa Opisina ng Rehistro. Si Lia ang Punong abay, si E-Z ang Pinakamatalik na kaibigan ng lalaki, at si Alfred ang Trumpeter Swan ang tagapagdala ng singsing.

Pinagtawanan ni Lia si Alfred dahil nakasuot lang siya ng asul na bow tie at wala nang iba pa. Hindi naabala si Alfred sa atensyong ito, dahil alam niyang kasama niya ang iba pang kilala sa katanyagan, gaya ng mga dating Punong Ministro ng Britanya.

"Kung sa dakilang si Winston Churchill ay sapat na ang bow tie para sa kanya, sapat na rin iyon para sa akin!" sabi ni Alfred.

"Naninigarilyo rin siya ng malalaki at matabang sigarilyo!" sabi ni E-Z. "Sana hindi ka rin magsisimulang manigarilyo niyan."

Tumawa si Lia.

"Handa na ang mga steak!" sigaw ni Sam. "Kung gusto ninyo ng hilaw-hilaw, kunin ninyo na ngayon."

Si Samantha lang ang lumapit na may hawak na plato. "Gusto raw ng anak mo ng hilaw-hilaw ngayon," sabi niya, habang pinipisil ang kanyang tiyan.

"Ang gusto ng anak ko, nakukuha niya," sabi ni Sam, habang inilalagay ang isang steak sa plato ng kanyang asawa. Hinaplos niya ang gitna habang inilalagay ng kanyang asawa ang isang nilutong patatas at ilang hibla ng asparagus sa gilid nito.

Nanguya si Samantha ng asparagus habang papunta siya sa mesa para sa piknik. Pinlano niya nang detalyado ang kaarawan ni E-Z, at gumugol ng maraming oras sa pagdekorasyon ng mesa mismo gamit ang mga bagay na may temang 'Maligayang Kaarawan!' Umupo siya at hiniwa sa kalahati ang kanyang nilutong patatas, pagkatapos ay naglagay ng sour cream, chives, mantikilya, at ilang kurot ng asin.

Nanatili sa kanilang pwesto sina E-Z, Lia, Alfred, PJ, at Arden dahil mas mainit roon malapit sa pugon ng apoy. Ayaw ni Uncle Sam ng mga taong paikot-ikot habang siya ang nag-aasikaso sa barbecue, kaya umiwas sila. Bukod pa rito, gusto nilang lahat na well done ang kanilang karne at nagbigay din ito sa kanila ng pagkakataong mag-usap nang mag-isa at magkwentuhan.

"Ano sa palagay ninyo sa aming Superhero website?" tanong ni E-Z.

Nagkatingin sina PJ at Arden, saka nag-angat-balikat.

"Sige na," sabi ni E-Z. "Ano nga ba talaga ang iniisip ninyo tungkol dito? Alam kong nakita niyo na ang site, kasi tinulungan ako ni Tito Sam na tingnan ang datos. Wala akong ideya na makakakuha tayo ng napakaraming impormasyon tulad ng kung sino ang bumibisita sa site namin, gaano sila katagal nananatili, at ano ang tinitingnan nila. At nakilala ko ang inyong mga IP address. Kaya, sabihin ninyo sa akin kung ano ang iniisip ninyo tungkol dito?"

"Ang buong totoo? Walang patumpik-tumpik?" tanong ni PJ.

"Ang brutal na tatu?" dagdag ni Arden.

"Oo," hinihikayat ni E-Z. Bumulong siya. "Napakahusay ng ginawa ni Uncle Sam. Gayunpaman, hindi natin tinututukan ang tamang madla dahil halos wala tayong traffic. Maliban sa inyong dalawa, at isang IP address na nasa Pransya, halos wala kaming ibang tumitingin. Ilang tao, tulad ninyo, ang bumalik at tiningnan ang site nang ilang beses, pero hindi sila nagtatagal. Iminungkahi ni Uncle Sam na baka dapat maglunsad tayo ng newsletter, hikayatin ang mga tao na mag-sign up at padalhan sila ng mga update, pero hindi ako sigurado. Marami nang gumagawa ng newsletter ngayon at mukhang maraming trabaho. Ipinakita sa akin ni Uncle Sam na nakapag-sign up siya sa halos limampung balitang-liham! Tungkol naman sa mga kahilingan para sa tulong – na siyang buong dahilan kung bakit kami naglunsad ng website – hanggang ngayon, ang hinihiling lang sa amin ay mga bagay na hinahawakan ng mga lokal na opisyal tulad ng pulis at ng departamento ng bumbero. Ayaw ko ng ideya na nagmamadali kaming iligtas ang isang pusa sa puno, at darating ang departamento ng bumbero na naka-full gear para gawin ang parehong trabaho. Hindi ito episyente para sa kanila at para sa atin. At nakakahiya kapag dumarating sila habang malapit na naming matapos. Mahalaga ang oras nila – nagliligtas sila ng buhay araw-araw. Parang walang respeto kung alam mo ang ibig kong sabihin? Nagliligtas sila ng buhay at naka-standby sila 24/7. Sa tingin ko, kailangan na ang mga kahilingan ay nasa labas ng kanilang saklaw, para hindi natin nasasayang ang oras nila o mas lalo pang pinapahirap ang trabaho nila kaysa sa dati na. Pasensya na sa napakahabang talumpati, pero, kapag naiisip ko ang lahat ng ginawa nila, matapos ang aksidente sa mga magulang ko..."

Yumuko nang malapit sina PJ at Arden at bumulong. Ayaw nilang masaktan ang damdamin ni Sam – sa huli, hindi naman sila eksperto – o magkaroon ng tsansang marinig sila nito at masunog nang husto ang kanilang mga steak.

"Uh, naiintindihan namin ang punto mo," sabi ni PJ. "Bukod pa rito, ang pulis at ang mga bumbero ay mahahalagang serbisyo, at binabayaran sila para magligtas ng mga tao. Samantalang kayo naman ay mga boluntaryo."

"Kaya, iba ang website nila, at ang presensya nila online sa social media kaysa sa dapat ninyong gawin," sabi ni Arden. "At marami silang staff, sa maraming antas para panatilihin at i-update ang lahat."

"Samantalang ang site ninyo, kailangan ng mas superhero-ish – kung iyan man ay salita – at hindi masyadong pang-korporasyon. Tulad ng mga alamat, yaong mga tinatahak ninyong yapak. Tingnan ninyo ang ilan sa mga website na ginawa para sa kanila – at mga kathang-isip silang tauhan. Isipin ninyo kung ano ang magagawa natin kung susundan natin ang kanilang halimbawa," sabi ni Arden.

"Ano, halimbawa? Alam kong may mga ideya kayo, kaya ibahagi ninyo," sabi ni E-Z.

"Well, gaya ng siguro naintindihan niyo na, nag-brainstorm kami ni PJ. At gumawa kami ng staging website – hindi pa ito live at hindi magiging live hangga't hindi niyo ito inaaprubahan – kung ano ang maaaring maging itsura ng site niyo. Nasa phone ko ito. Tingnan niyo para malaman niyo ang ibig naming sabihin at pag-isipan niyo ang mga posibilidad dahil mabilis lang namin itong ginawa." Pinindot ni PJ ang start. Yumuko ang Tatlo.

Sa screen, unang lumabas ang mga salitang, "Maligayang pagdating sa website ng Superhero ng Tatlo." Pagkatapos ay nag-zoom in ito kay E-Z na nasa animated na anyo. Nakaupo siya sa kanyang wheelchair gaya ng inaasahan, nakasuot ng itim na t-shirt, asul na maong, at isang pares ng sapatos pangtakbo.

Hinapuhap ni E-Z ang kanyang buhok nang makita kung gaano kahawig ng bote-panglinis ang itim na guhit sa gitna ng kanyang gintong buhok. Hindi niya talaga ito masanay."Ano 'yan, sa t-shirt, maong, at sapatos ko? Logo ba 'yan? At paano niyo ako ginawang cartoon?"

"Oo, logo nga. Naisip namin na astig at angkop ang pakpak ng anghel," sabi ni Arden.

"Gumamit kami ng app para gawing cartoon ka," sabi ni PJ. "Nag-edit kami nang konti sa mga braso mo. Sana hindi kami nag-overboard."

Mas tinitigan ni E-Z ang sarili nang ang animated na bersyon niya ay nagtaas ng mga braso. Ngayon, ang medyo mas matitikas niyang mga bisig ang nakatawag-pansin sa kanya at namula ang kanyang mga pisngi. Mukha siyang hambog, isang poser. Talaga bang inakala ng kanyang mga kaibigan na mas maganda siyang tingnan nang ganito? Nangilabutan siya nang lumitaw ang mga pakpak ni E-Z sa screen. Lumutang siya sa ere, at nagturo.

Ito ang unang pagpapakilala kay Lia. Dumating din siya sa anyong animated. Si Lia ay nakasuot mula ulo hanggang paa ng lilang jumpsuit na may tutu. Ang gintong buhok niya ay nakaponytail nang mahigpit at nakasuot siya ng lilang salaming pang-araw. Mukha siyang masigla, palakaibigan, at cute habang naglalakad siya sa screen. Lumiko siya at huminto, na parang modelo sa runway, at nag-pose.

Natawa nang malakas si E-Z; hindi niya mapigilan ang sarili.

"Ay, kahit papaano hindi naman ako mukhang poser na may pekeng kalamnan!" sabi niya.

Hindi nagkomento si E-Z.

Inyunat ni Animated Lia ang kanyang mga braso pasulong, nakaharap sa lupa ang mga palad. Pagkatapos, voila, binaliktad niya ang mga ito. Bumukas ang kaliwang mata sa kanyang palad, sinundan ng kanan. Nagkislap-kislap ang mga ito nang sabay. Pinanatili ni Lia ang kanyang pose, pagkatapos ay umihip siya gamit ang kanyang mga daliri.

"Kaya sana kung nagagawa ko rin 'yan!" sabi niya, habang sinusubukang gayahin ang animated na bersyon niya.

Um-whistle si E-Z.

"Mayabang," sabi niya, sabay hampas ng siko sa kanya.

Ngayon, lumabas sa screen si Little Dorrit. Elegante at pambabae ang dating niya, at kasing-puti ng niyebe. Nilipad ng unicorn si Lia, lumapag, at ibinaba ang ulo para mahaplos siya ng batang babae. Sumakay si Lia, at lumipad si Little Dorrit sa tabi ni E-Z. Nanlutang sila, pagkatapos ay bumaling ang kanilang mga ulo.

Ito na ang hudyat para kay Alfred. Sa anyong cartoon, ang maliwanag niyang kahel na tuka ay tila kumikislap sa liwanag. Ito ay taliwas sa kanyang pulang-mango na bow tie. Habang papalapit siya kina Lia at E-Z, ang mga paa niyang may palad-palad ay nag-squelch na parang mga suction cup.

"Hindi ganoon ang tunog ng mga paa ko!" sabi ni Alfred.

"Uh, ganoon din sila," sabi ni E-Z na may ngising pilit, habang si Alfred sa screen ay ibinuka ang kanyang mga pakpak at lumipad sa gilid ng kanyang dalawang kasama.

Nag-pose ang Tatlo. Nasa gitna si E-Z, nakaharap kay Lia sa kaliwa at kay Alfred sa kanan. Pagkatapos ay nangyari ito. Ang Tatlo – o maski sina Lia at E-Z – ay itinaas ang kanilang mga hinlalaki. Si Alfred naman ay gumawa ng kilos na itinaas ang mga pakpak.

"Nakakahiya ito," bulong ni E-Z kay Alfred.

"Hindi nakakatuwa!"

"Shhhh," sabi ni Lia nang magsimula ang voiceover sa screen. Boses ni Arden iyon, pero mas mababa ang tono. Para siyang game show host.

"Kung kailangan mo ng superhero... sina E-Z, Lia, at Alfred – na kilala rin bilang Ang Tatlo – ay handang maglingkod sa iyo dalawampu't apat na oras sa isang araw, pitong araw sa isang linggo.

Tumawag sa ***-***-**** o magpadala ng mensahe sa pamamagitan ng social media.

Kapag kailangan mo ng tutulong sa iyo...Tumawag sa Tatlo. Nandiyan sila para sa iyo...agad-agad. Maaasahan mo sila...dahil sila ang pinakamahusay na makikita mo. Dalawampu't apat na oras kada araw, pitong araw kada linggo...garantisado ang kasiyahan."

"At ngayon para sa malaking pagtatapos," sabi ni Arden.Pinagsama ng Tatlo ang kanilang mga braso sa kanilang mga dibdib. Itinupi ni Alfred ang kanyang mga pakpak.

"Uh, hindi iyon posible," sabi ni Alfred.

"Shhhh," sabi ni Lia.

Sunod-sunod na itinulak ng Tatlo ang kanilang mga baba pasulong at nag-pose.

Pinindot ni PJ ang pause.

"Kung isasaalang-alang ang sinabi mo tungkol sa mga hurisdiksyon, baka kailangan nating baguhin itong bahagi," sabi niya. Pinindot niya ang start.

"Walang trabahong masyadong malaki o maliit para sa amin!" ani ng kompyuterisadong boses ni E-Z.

Pagkatapos ay umikot-ikot ang isang bilog sa gitna ng screen, na parang wi-fi na naghahanap ng signal. Ngayon ay pinuno ng salitang

BAM!

ang screen. Sinundan ng salitang

SOCKO!

Pinanood nila si E-Z na nagliligtas ng isang pusa na naipit sa taas ng puno.

"Ay naku," aniya.

Nagpatuloy ang boses ng kanyang animated na karakter.

"Kami ang Tatlo

Narito kami para sa iyo!

Pusa na naipit sa puno...

Ibaba namin siya para sa iyo!"

Ipinakita si E-Z na iniabot ang nailigtas na pusa sa isang pamilya.

"Uh, hindi naman talaga nangyari 'yan," sabi niya.

"Uh, nag-gamit lang kami ng kaunting malikhaing kalayaan," inamin ni Arden.

"Aayusin namin ang anumang hindi mo gusto," sabi ni PJ.

Muling lumitaw ang bilog sa screen at umiikot nang paikot. Nang huminto ito, napuno ang screen ng salitang

BANG!

Sinundan ng salitang

ZIP!

Sa screen, iniligtas ng animated na si E-Z ang isang eroplano na puno ng mga pasahero. Habang inilalapag niya ang eroplano, daan-daang mga manonood sa runway ang nagpalakpak.

"Ganito na nga," sabi niya.

"Shhh," sabi ni Lia.

Sa screen, sinabi ni E-Z,

"Kasi kami ang mga kaibigan mo!

Libre ang aming serbisyo.

24/7

Kasi kami ang Tatlo!"

Muling umikot ang bilog sa screen. Sinundan ng

BINGO!

Sa

BAM!

Ngayon, muling ginawa sa animadong anyo ang pagliligtas sa roller-coaster. Napakaganda nito. Napakatumpak na naamoy pa nila ang cotton candy at caramel corn.

"Oh!" ani E-Z.

Nagpalakpak si Lia.

Iningiling ni Alfred ang kanyang leeg na para bang kakasabugan lang siya ng napakalamig na tubig.

"Gustong-gusto ko ito!" ani Lia. "At salamat sa pagsali ng paborito kong kulay. Paano mo nalaman?"

"Napansin ko, madalas mo itong suotin," sabi ni PJ. Namumula ang kanyang mga pisngi. "Natutuwa talaga akong nagustuhan mo."

"Ano sa tingin mo, E-Z?" tanong ni Arden.

Tumingin si Alfred kay E-Z.

"Yun ay uh," sabi ni E-Z, "uh...maganda ang pagsisikap."

"Handa na ang hapunan, kumain na kayo!" sigaw ni Sam.

"Hayaan munang unahin ang bata na kaarawan," sabi ni Samantha.

Tumawid si E-Z sa bakuran kasama si Alfred.

"Ang galing ng timing," sabi niya.

"Oo, bobo pa rin yung dalawa," sagot ni Alfred.

"Pero mabuti naman ang hangarin nila. Matalinong ideya, medyo sobra lang para sa atin."

"Medyo?" sigaw ni Alfred.

"Sige, marami, pero sinubukan naman nila. Pwede nating panatilihin yung gusto natin at itapon yung iba."

Nang nakakuha na silang lahat ng pagkain, umupo sila sa mesa sa piknik at kumain. Nagbago ang langit, at napuno ng maningning na mga bituin ang kalangitan sa paligid nila. Busog na busog sila, pagkatapos ay inilabas ni Samantha ang keyk ng kaarawan na inihurno niya, at sabay-sabay silang kumanta ng "Maligayang Kaarawan!"

"Talumpati! Talumpati!" pang-aasar ni Arden at hindi nagtagal ay sumali na rin ang lahat.

Naisip-isip ni E-Z nang ilang segundo.

"Salamat sa pagiging espesyal ng ika-labing-limang kaarawan ko. Gusto kong maglaan ng isang minuto para alalahanin ang aking nanay at tatay, at ibahagi sa inyo ang isang alaala ng aking kaarawan. Kung okay lang? Ipinapangako kong hindi ako masyadong magiging emosyonal."

Tumango ang lahat.

Si Samantha, na mula nang mabuntis ay palaging emosyonal. Maging luha man ng tuwa o lungkot, pinunasan niya ang isa bago pa man siya nagsimula. "Okay lang ako," sabi niya, habang inakbayan siya ni Sam.

"Ika-lima ng kaarawan ko iyon. Ayaw ko ng party, at humiling na manood na lang ng sine. Sa halip na maghanap sa pahayagan kung ano ang palabas, nagpasya na lang kaming pumunta at doon na magpapasya kung ano ang papanoorin. Sabi nila, puwede akong pumili dahil ako ang Kaarawan."

Pinikit niya ang kanyang mga mata nang saglit.

Nandoon na naman siya sa sinehan. Nandoon si Nanay, nakasuot ng maraming damit sa ilalim ng parka. Naka-earmuffs siya, at pinagkuskos niya ang kanyang mga kamay gaya ng dati. Lagi siyang nakasuot ng guwantes at nagrereklamo na nanlalamig ang kanyang mga daliri.

Si Tatay naman ay nakasuot ng asul na amerikana na hanggang tuhod sa ibabaw ng maong. Ayaw niyang magsuot ng sumbrero kapag pumapasok sa lungsod, dahil baka masira ang ayos ng buhok niya. Walang manetang nakasuot sa kanyang mga kamay. Nakasiksik ang mga ito sa bulsa ng amerikana kasama ang kanyang mga susi.

Inamoy ni E-Z ang hangin. Naamoy niya ang popcorn na may mantikilya sa loob ng sinehan, hinihintay silang pumasok at umorder nito.

Tinitingnan nila ang mga poster.

"Ano sa palagay mo yung isa?" sabi ng nanay niya.

"Hindi, mas gusto ni E-Z yung isa?" sabi ng tatay niya.

Muling binuksan niya ang kanyang mga mata.

Sa halip na nasa bakuran kasama ang kanyang pamilya at mga kaibigan, nasa loob na naman siya ng silo. Hindi na siya nakabalik doon mula nang bawiin ng mga arkanghel ang kanilang kasunduan.

"Maligayang Kaarawan!" sigaw ng boses sa pader.

Bumukas ang isang panel sa pader sa tabi niya at lumabas ang isang cupcake. Nakasulat sa ibabaw nito, "Maligayang Kaarawan, E-Z."

Sa gitna, may isang kandila na nakasindi na.

"Mag-enjoy!" sabi ng boses, habang ibinababa nito ang kutsilyo at tinidor sa mesa sa tabi niya.

"Uh, salamat," sabi niya. "Bakit ako nandito?"

"Apat na minuto ang oras ng paghihintay," sabi ng nakakainis na boses. "Mangyaring manatili sa inyong upuan."

Parang may magagawa naman siya.

KABANATA 1

NAANTALA ANG KAARAWAN

Hindi hinawakan ni E-Z ang cupcake na nasa harap niya, kahit na maganda ang itsura at mabango ito. Nagtataka siya kung ano ang nangyayari sa party niya sa bahay. Hindi bababa sa alam niya na hindi nila puwedeng hiwain ang cake hangga't hindi niya hinahipan ang mga kandila at naghahangad. Parang may party ng kaarawan sa bahay kahit wala siya roon!

"Labas ninyo ako rito!" sigaw niya. "Hindi ako nakakasali sa sarili kong ika-labing-limang kaarawan at nasa kalagitnaan pa lang ako ng pagkukwento."

Biglang bumukas ang bubong ng silo at lumipad si Eriel patungo sa kanya na parang kidlat sa gitna ng bagyo.

"Maganda na muling makita ka, dating protégé," sabi niya.

"Hindi ganoon ang nararamdaman ko. Bakit ako nandito? Akala ko tapos na ako sa inyo at kaarawan ko pa naman – kailangan kong bumalik diyan."

"Oo, humihingi ako ng paumanhin sa timing – pero hindi namin puwedeng hayaang dumaan ang kaarawan mo nang hindi man lang binabati."

"Uh, salamat, siguro."

"At dahil nandito ka na, bakit hindi mo subukan ang birthday cupcake mo? At huwag mong kalimutang maghiling – kakailanganin mo ang lahat ng tulong na maaari mong makuha!" sabi ng arkanghel na may halong pag-ungol.

Sa tabi ni E-Z, may nagbukas na bintana, at lumabas ang isang makinang braso na may dalang nakasinding posporo. Pinatayaw nito ang wick, pagkatapos ay mabilis itong umatras pabalik sa pader kaya namatay ang posporo. Tiningnan ni E-Z ang kumikislap na kandila.

Nagtaka siya kung ano ang ibig sabihin ng huling komento pero inakala niyang binibiro lang siya ni Eriel. Naging blangko ang isip niya. Hindi siya makaisip ng kahit isang bagay na hihilingin. Maliban doon, nasa bahay na siya kasama ang kanyang mga kaibigan at pamilya na nagdiriwang ng kanyang kaarawan. Habang hinihipan niya ang kandila, biglang kumanta si Eriel. Isang malakas at masiglang bersyon ng, "Sapagkat siya ay isang masayahing mabuting kaibigan!"

"Walang masamang intensyon," sabi ni E-Z, "Pero dapat 'Maligayang Kaarawan!' ang inaawit mo."

"Ang intensyon ang mahalaga," sabi ni Eriel. "Ngayon na natapos na natin ang bahagi ng pagbisita mo na para sa kaarawan, gusto naming malaman, nasolusyunan mo na ba ang bugtong?"

"Bugtong? Anong bugtong?"

"Oo, iminungkahi namin na subukan mong bumuo ng koneksyon – sa iyong mga nakaraang pagsubok. Naalala mo ba nung sinabi naming ayaw naming ipakain sa'yo nang kutsara? May suwerte ka ba noon?"

"Ah, hindi naman ito naging prayoridad o palaisipan para lutasin ko, lalo na't nilabag mo ang alok mo. Pero oo, sinusulat ko sa aking notebook, itinatala ang mga nagawa na natin hanggang ngayon, at nakapansin ako ng ilang koneksyon sa paglalaro pero puro pagkakataon lang iyon."

"Nagkataon! Hindi naman talaga. Magkakaugnay ang mga insidente – nakikita iyan ng kahit sino!" sabi ni Eriel, pinipigil ang boses para hindi sumabog ang kanyang pasensya.

"Uh, pasensya na, pero nangyayari lang talaga ang mga nagkataon. Alam mo ba kung ilang bata ang naglalaro ng computer games? Naghanap ako online. Noong 2011, sabi nila siyamnapu't isang porsyento ng mga batang nasa edad dalawa hanggang labing-pito ang naglalaro araw-araw. Mga animnapu't apat na milyong bata iyon sa buong mundo."

'Ah, kaya napagtuunan mo na ito ng pansin. Maganda. May iba ka pa bang nalaman tungkol dito? O may mga pag-aalala ka ba? May dahilan ba para magsaliksik ka pa – mabuti ang pananaliksik. Ang pagiging maagap ay napakabuti.'

"Hindi. Medyo abala ako sa ibang bagay – sa paaralan at kung ano-ano pa. Tsaka, kung gusto mong ituloy ko pa ito – kailangan mo munang kumbinsihin ako na hindi ito basta-bastang pagkakataon. Tiningnan ko pa ang ilang estadistika. Halimbawa, mas marami na ngayon ang babaeng manlalaro kaysa dati. Marami na ang nakalikha ng negosyo sa YuTub at kumikita na. Hindi naman mga bata siyempre, pero ayon sa estadistikang nabasa ko online noong 2019, apatnapu't anim na porsyento ng mga manlalaro ay mga babae."

Tinapik ni Eriel ang kanyang mahaba at payat na daliri sa kanyang baba, na para bang iniisip-isip niya ang sinabi sa kanya ni E-Z. "Ah, humahanga na naman ako. Hindi mo ba nakakabahala ang mga estadistikang 'yan?"

"Uh, hindi naman." Malalim siyang huminga, nawawalan na ng pasensya dahil hindi siya nakakasama sa kaarawan. "Kailangan ba talaga nating gawin ito ngayon? Hindi mo ba pwede akong ibalik dito sa ibang araw? Wala namang kritikal ang pinag-uusapan natin."

Tinigil ni Eriel ang pagtapik at tumas ang kanyang kanang kilay. Tinitigan niya ang kaarawan.

"O sige nga?" tanong ni E-Z.

Nag-antay si Eriel bago sumagot. Inikot-ikot niya ang kanyang dila sa mga salita, na para bang nahihirapan siyang sabihin ang mga ito. Itinaas niya ang tono ng kanyang boses hanggang sa maging soprano at sinabi?

"Tama si Raphael, medyo bobo ka nga."

"Hoy!" sigaw ni E-Z. "Kung kailangan mo ng tulong ko, kakaiba ka namang kumuha niyan." Ipinaikot niya ang daliri sa icing ng cupcake at sinipsip ito. Masarap ito, parang cotton candy. "Pumatay. May isa na sinubukang patayin ako, at yung isa naman ay pumapatay ng mga tao sa isang tindahan. Pareho sabihing may kinalaman sa laro ang motibo nila."

"Tama ka," sabi ni Eriel.

"At?"

"Huwag mo nang pansinin!" Naglaho si Eriel sa kisame, habang umaawit, "Matigas na parang ladrilyo, matigas na parang ladrilyo, matigas na parang ladrilyo."

Itaas ni E-Z ang kanyang mga kamao sa ere. "Balik ka rito at sabihin mo 'yan sa harap ko!"

Narinig ang malakas na tawa ni Eriel, na bumabalik-balik sa mga pader.

PFFT.

"Uh, salamat," sabi ni E-Z, saka nandoon na naman siya sa bahay, sa kanyang party. Abala ang lahat, naglalaro, gumagawa ng kanya-kanyang bagay – para bang hindi siya nandoon – na nga naman ay ganoon nga.

Pinanood niya si Sam nang siya naman ang maglaro ng ladder ball. Hindi siya masyadong magaling rito, pero lumapit si E-Z at pinanood pa rin ang pangalawa niyang pagtatangka. Pagkatapos niyang ihagis ito, na hindi talaga tumama sa target, lumapit siya sa tabi ng pamangkin niya.

"Mukhang pinipilit mo pa ring matutunan itong laro," sabi ni E-Z.

"Oo, talentong kailangang pag-aralan. Saan ka nga pala nagpunta?"

"Gusto lang akong batiin ni Eriel ng maligayang kaarawan, at iba pa."

"Ah, mabuti naman siya. Hindi ba?"

"Kilala mo naman si Eriel. Hindi siya gumagawa ng kahit ano nang walang motibo. Sa pagkakataong ito, gusto niyang kumonekta ako batay sa isang alaala."

"Isang alaala ng ano? Ng mga magulang mo? Ng aksidente?"

"Hindi, gusto niyang kumonekta ako sa pagitan ng dalawa sa mga nagpasimula ng paglilitis. Na nga nga, nagawa ko naman. Tapos umalis siya na sinasabing tanga ako."

"Ang bastos naman!" ani Lia. Nakikinig siya mula pa kanina dahil sobrang naiinip siya sa larong paghagis ng bola.

"At pati na noong kaarawan mo," sabi ni Alfred. Mas walang pag-asa pa siya kaysa kay Sam dahil kailangan niyang ihagis ang mga bola gamit ang kanyang tuka.

"Gusto mong subukan?" tanong ni PJ, habang iniabot ang bola kay E-Z na inilipat ang kanyang upuan sa harap ng target, at saka hinagis ang bola. Tumama ito sa itaas na baitang, umikot nang ilang beses, at bumagsak sa premium na posisyon.

"Ganun nga!" sabi ni Sam.

"Si PJ at ako, ganyan na ang paghahagis namin sa buong laro," sabi ni Arden.

"Ah, pero hindi ka naman pamangkin ko," sagot ni Sam.

Nagpatuloy ang salu-salo hanggang sa masyado nang madilim para maglaro pa, at nagpasya ang lahat na huwag nang magkanta-kanta. Umalis na sina PJ at Arden pauwi habang sina E-Z at ang iba pang barkada ay natulog na.

KABANATA 2
PROBLEMA

Dalawang araw matapos ang party ng kaarawan ni E-Z, napag-alaman nina PJ at Arden na may kaunting problema sila.

Si Lia ang unang nakaramdam na may mali. Inilahad niya ang kanyang nakita kina Alfred at E-Z, "Parang sila'y nasa trance. At nakaupo silang pareho sa kanilang mga mesa, nakatitig sa mga blangkong screen ng kompyuter."

"Walang kakaiba doon," sabi ni E-Z. "Madalas naman silang maglaro nang magkakasama, at baka natutulog lang sila."

"Nakabukas ang mga mata nila?"

"Sige, tara na doon," sabi ni E-Z.

"Gabi na naman!" ani Alfred.

"Pero, dapat pa rin nating tingnan."

Lumusot ang Tatlo palabas ng bahay, at nagpasya silang munang pumunta sa bahay ni PJ dahil iyon ang pinakamalapit.

"Sa tingin ko, hindi magugustuhan ng mga magulang niya ang ganitong oras na pagdalaw," sabi ni Alfred.

"Maiintindihan nila," sabi ni Lia, habang pinipindot niya ang kampanilya.

Makaraan ng ilang sandali, isang lalaking antok na antok, na pinapahimas ang kanyang mga mata, ang nagbukas ng pinto na nakasuot ng pajama – ang ama ni PJ.

"Sino 'yan?" sigaw ng kanyang ina mula sa loob.

"'Yong mga kaibigan ni PJ," sagot ng kanyang ama. "May nangyari ba?"

"Uh," sabi ni E-Z, "Pasensya na't naabala namin kayo pero, kailangan talaga naming makausap si PJ. Urgenteng-urgente."

"Mas mabuti kung papasok kayo," sabi ng tatay ni PJ.

KABANATA 3
BAGO

Mas maaga sa gabi, nag-aayos sina PJ at Arden ng Superhero Website. Na-update nila ang mga impormasyon, at nagdagdag ng ilang bagong elemento.

Dati, kapag may humiling ng tulong, isang email ang ipapadala sa inbox. Sa susunod na mag-log on ang sinuman, makikita nila ito at tutugon nang naaayon. Sa bagong sistema, sina E-Z, Arden, at PJ ay agad makakatanggap ng text message.

Bukod dito, ang taong humihiling ay makakatanggap ng awtomatikong tugon na may oras. Sigurado sina PJ at Arden na ang awtomatikong pag-upgrade na ito ay magpapataas ng kumpiyansa, at magdadala ng mas maraming trapiko sa site.

Nag-set up din sina PJ at Arden ng isang YuTub Dalan na may Podcast. Ito ay isang bagong ideya na naisip nila sa isang brainstorming session. Nasasabik silang ikwento ito kay E-Z. Ito ay magiging isang mahusay na paraan upang mapalakas ang presensya online ng Tatlo. Nilikha rin nila ang isang Komunidad Lupon para sa bukas na talakayan.

Kinakategorya rin ng sistema ang mga papasok na mensahe. Halimbawa, ang pagligtas ng pusa mula sa puno. Nakakatanggap ang Tatlo ng maraming kahilingan para sa serbisyong ito. Dahil mas handa ang mga lokal na opisyal na tumugon sa mga tawag na ito, ginawa nina PJ at Arden itong Kodigo Pula.

Ang Kodigo Pula ay nangangahulugang pagdating ni E-Z doon para sagipin ang pusa, nasagip na ito. Ipinapahiwatig ng Kodigo Pula na dapat siyang maghintay, para makita kung naresolba na ang sitwasyon bago lumabas.

Ang Kodigo Dilaw naman ay maaaring kapag may nakalimutang susi o nakandado ang susi sa loob ng kanilang sasakyan. Muli, pagdating ni E-Z doon, naresolba na ang sitwasyon. Muli, ang payo ay maghintay at mag-check muna bago lumabas.Sa pamamagitan ng pag-uuri sa mga Kodigo Asul at Kodigo Dilaw, magkakaroon ng pokus sina E-Z at ang kanyang koponan sa mas mahahalagang tawag, ibig sabihin, ang mga Kodigo Pula.

Ang Kodigo Pula ay kapag nanganganib ang buhay o mga galamay. Mula nang maitatag ang website, wala pang natanggap na kahilingan ang Tatlo sa kategoryang ito.

Satisfyado sa dami ng nagawa nila, nagpasya silang mag-relaks muna. Sumali sila sa isang multiplayer na laro.

"Tatlong babae," type ni PJ kay Arden.

"Kayang-kaya natin sila!" sagot niya.

Nagsimula ang laro at sa simula, ganoon pa rin ang takbo ng lahat. Binugbog nila ang mga babae, umuusad sa bawat level, pinapatay ang lahat ng nakikita. Pagkatapos ay biglang tumigil nang todo ang lahat.

KABANATA 4

ANG BAHAY NI P.J.

Naglakad sina E-Z, Lia, Alfred at ang mga magulang ni PJ sa pasilyo papunta sa silid niya. Ang nakita nila ay halos katulad ng inakala ni Lia. Ang kaibahan, nakabukas pa ang screen ng computer. Kumikislap at kumikurap ito habang si PJ ay mukhang mahimbing ang tulog.

"Ano'ng nangyayari sa kanya?" tanong ng ina ni PJ. "Dapat nasa kama siya at natutulog. Tingnan mo ang postura niya. Malamang dehydrated siya. Kukuhaan ko siya ng baso ng tubig."

Lumapit ang ama ni PJ sa kabilang bahagi ng silid at yugyugin ang balikat ng anak. Inaasahan niyang magigising ang anak, ngunit hindi ito nagising. Sa halip, bumagsak ito sa upuan, at baka nahulog pa sa sahig kung hindi siya nahawakan ng ama. Buhatin niya ang anak at inilagay sa kama.

Bumalik ang ina ni PJ, inilagay ang tubig sa gilid na mesa, at saka idinikit ang kanyang labi sa noo ng anak. "Walang lagnat," sabi niya.

Inihiga ng ama ni PJ ang talukap ng kanang mata ng anak at nakita niyang puti ng mata lang ang makita. "Tumawag kayo ng 911," sigaw niya.

"Hindi, sa tingin ko dapat tawagan natin ang family doctor natin, si Doctor Flannel," sabi ng ina ni PJ. "Dumalaw na siya rito dati para sa home visit. Kapag emergency – at ito ay talagang emergency."

"Mrs. Handle," sabi ni E-Z, "Magiging ayos lang siya."

"Siyempre naman," sagot niya, habang lumalabas si Mr. Handle ng silid para tawagan si Doctor Flannel.

Nang bumalik siya, sabay-sabay silang naghintay nang tahimik, pinagmamasdan si PJ habang natutulog. Parang inaasahan nilang bigla siyang uupo at magpapabibo. Karaniwan na sa kanya ang magpabibo. Niloloko sila.

Naiinip si Mr. Handle, paulit-ulit niyang tinataas-baba ang kanyang binti habang nakaupo. Tumayo siya, lumapit sa kabilang dulo ng silid, at yumuko para silipin ang hard drive. Itinaas niya ang kanyang paa, na para bang susipa niya ito, pero sa huling sandali ay nagbago ang kanyang isip at hinugot ang kable mula sa saksakan.

Tinignan nila habang nagsimulang manginig ang buong katawan ni Mr. Handle, hanggang sa nahulog niya ang plug.

Lumiko siya at naglakad papalapit sa kanila. Sa likod niya, may usok na lumalabas mula sa matigas na diskete. Makalipas ang ilang segundo, nabiyak ang screen ng monitor.

"Kunin ninyo ang fire extinguisher!" sigaw ni Alfred, pero nakuha na ni E-Z ang baso ng tubig at itinapon ito sa kahon. Nang-sizzling ito at sabay nang namatay ang screen.

Tumakbo ang ina ni PJ sa kanyang asawa, at tinulungan siyang umupo. "Pwede ka ring tingnan ng doktor pagdating niya," sabi niya. "Napakaswerte mo. Ayaw kong kayong dalawa ay masaktan."

"Ayos lang ako," sabi ni Mr. Handle.

Pero sa tingin ng Tatlo, mukhang hindi siya ayos. Maputla siya, medyo kulay berde at medyo kulay abo.

"Huwag kang mag-alala," sabi ni Ginoong Handle. "Salamat sa mabilis mong pag-iisip, E-Z." Pagkatapos ay sa kanyang asawa, "Buti na lang at dinala mo ang tubig."

"Magagalit si PJ kapag nakita niyang nasira ang kompyuter niya."

"Sige na, sige na," sabi ni Ginoong Handle. "Maiintindihan niya."

Kitang-kita na gumaganda ang lagay niya, nang mapansin ng Tatlo na bumalik na sa normal ang kanyang paghinga, gayundin ang kanyang pagkalata.

Dahil mukhang ayos na ang lahat, nabanggit ni E-Z si Arden. "Habang hinihintay ninyo ang doktor, kailangan talaga nating tingnan si Arden. Sa tingin namin, baka nasa katulad na kalagayan din siya."

"Madalas silang maglaro nang magkasama, pero ano kaya ang naging sanhi nito?" tanong ni Ginoong Handle.

"Hindi ko alam, pero pwede ba akong pumunta at tingnan si Arden?"

"Sige, sige lang," sabi ni Mrs. Handle.

"Manatili ka rito kasama si Lia," sabi ni E-Z. "Pwede kang magpaalam sa amin, at kung kailangan ninyo kami, babalik agad kami."

"Salamat, E-Z at Alfred," sabi ni Mr. Handle habang inaakay niya sila palabas ng pintuan.

KABANATA 5

ANG BAHAY NI ARDEN

Pumunta sina E-Z at Alfred sa bahay ni Arden. Bago pa man nila makatuktok, binuksan na ni Ginoong Lester, ang ama ni Arden, ang pinto.

"Paano mo nalaman?" tanong niya.

Hindi maipagsabi ni E-Z ang totoo. Kaya sa halip, nag-imbento siya ng kasinungalingan. "Uh, mag-Pinakamatalik na magkaibigan kami ni Arden buong buhay namin, kaya alam ko kapag may mali. Pwede ko ba siyang makita?"

"Sige, pasok kayo sa silid niya," sabi ng ina ni Arden, si Mrs. Lester. "Huwag kayong mag-alala. Natutulog lang siya. Maayos na rin siya pagdating ng umaga."

Hinila ni Mr. Lester ang kamay ng kanyang asawa at dinala siya sa pasilyo patungo sa kinaroroonan ni Arden na mahimbing ang tulog.

"Oh," ani Alfred nang makita siya. "Mukhang na-shock siya."

"Tingnan mo sa ilalim ng talukap niya," sabi ni Ginoong Lester.

Hinila ni E-Z pabalik ang talukap ng mata ng kaibigan niya. Kitang-kita ang pupil ni PJ, pero mas malaki ito at mukhang baka sumabog palabas ng mata nito anumang sandali. Muli niyang pinikit ang talukap.

Umi-hoo-hoo si Alfred. Iyon ang narinig ng mga Lester. Ang sinabi niya ay, "Ano kaya ang sanhi niyan? Takot? O mas seryoso gaya ng pag-atake?"

Umiling si E-Z nang hindi sumasagot. Natakot at nai-stress na nang husto ang mga Lester, at puro hulaan na lang ang magagawa nila.

"Saan mo ba siya eksaktong nakita?" tanong ni E-Z.

"Nakaupo siya sa harap ng computer niya," sabi ni Mrs. Lester.

"Naka-on ba ang screen?" tanong niya.

"Oo," sagot ni Ginoong Lester. "Tinawagan na namin ang doktor ng pamilya namin. Abala siya ngayon, may kausap pa siya sa telepono pero babalikan niya kami."

"Tinawagan na nila ang doktor sa bahay ni PJ, si Doktor Flannel. Tawagan ko si Lia at tingnan ko kung nagawa na niya ang diagnosis."

"Halos pareho lang," sabi niya.

"Ano'ng ibig mong sabihin, halos?"

Gumuyod siya palabas ng silid. Ayaw niyang dagdagan pa ang pag-aalala ng mga Lester kaysa sa nararamdaman na nila. Bumulong siya sa telepono, "Kitang-kita pa ang mga pupil niya, pero sobrang laki. Parang sugat na malapit nang pumutok!"

"Grabe!" sabi ni Lia. "Baka dapat na siyang dalhin sa ospital?"

"Tinawagan na nila ang doktor ng pamilya nila, pero hindi siya available. Kaya, ipaalam mo sa akin agad kapag nabigay na ni Dr. Flannel ang opinyon niya at ipapasa ko iyon. Baka gusto mong sabihin sa kanya tungkol sa mata ni Arden at itanong kung ipapayo niyang ipa-ospital agad siya."

"Sige. Makikipag-ugnayan ako."

Ipinaliwanag niya ang lahat sa mga Lester. Nakatingin sila sa unahan, na walang ekspresyon ang mga mukha. Nang-aalala siya kung paano nila tinatanggap ang lahat ng ito.

"May gusto bang tsaa?" tanong ni Mrs. Lester.

"Hindi, salamat," sagot ni E-Z. Isa si Mrs. Lester sa mga nanay na naniniwalang kayang lutasin ng tsaa ang karamihan ng problema.

Sumunod si Mr. Lester sa kanyang asawa papasok sa kusina.

"Hindi ka ba karaniwang sumasali sa mga laro nila?" tanong ni Alfred ngayon na sila na lang ni E-Z ang kasama ni Arden.

"Minsan," sabi ni E-Z, "Pero nitong mga nakaraan, kapag may libreng oras ako, karaniwan sinasagot ko na lang sa pagsusulat. Hindi ako gaanong nakakapag-isa nitong mga araw na ito."

"Naiintindihan ko. Pasensya na kung masyado akong nakakasagabal."

"Hindi, ayos lang. Kailangan kong maging mas organisado. Lalo nang kumukomplikado ang mga gawain sa paaralan, alam mo namang nasa landas na tayo patungo sa karera at pagtatapos. Gusto nilang malaman natin kung saan tayo papunta, samantalang hindi pa nga natin alam kung nasaan tayo."

"Naalala ko pa ang mga araw na iyon, pero malalaman mo rin. Gayunpaman, masaya ako na hindi ka nakisali sa laro nila – kung hindi, baka nasa parehong kalagayan ka rin nila ngayon."

"Totoo. Hindi ko maisip kung ano ang nakapangilabut sa kanila nang ganoon... kung iyan nga ang nangyari. Ibig kong sabihin, laro lang iyan – hindi realidad. Siguradong napakamatindi ng kompetisyon."

Bumalik ang mga Lester sa silid ng kanilang anak.

"Ano ang nangyari?" sigaw ni Mrs. Lester.

Bukas na ngayon ang mga talukap ni Arden, na nagpapakita ng puting-puti sa loob. Tulad ni PJ, nawala na rin ang mga itim sa mata niya.

Naranasan ni E-Z ang déjà vu nang tumawid sa silid si Mr. Lester at yumuko para tanggalin ang plug nito.

"Tigil!" sigaw ni E-Z. "Huwag mo 'yan hawakan!"

Nanlalamang si Mr. Lester sa kinatatayuan niya.

"Halos na-electrocute si Mr. Handle nang hawakan niya 'yan. Ang pinakamainam gawin ay pabayaan na lang 'yan."

"Oh, buti na lang at nandito ka at binalaan mo ako," sabi ni Ginoong Lester.

"Oo, salamat E-Z. Hindi ko kakayanin kung nasaktan ang anak ko at ang asawa ko. Hindi talaga." Tumawid siya sa silid at niyakap ang kanyang asawa.

"Pagkatapos noon, nag-crash ang computer niya, nabasag ang screen, at may lumabas na usok mula rito," paliwanag ni E-Z.

"Kaya, ang computer ni PJ ay nasunog, na-prito – tapos na. Samantalang ang computer ni Arden ay buo pa. Kung malalaman lang namin kung paano ito buksan – nang ligtas – baka malaman namin kung ano ang nangyari sa kanila. Una, kailangan kong tawagan si Uncle Sam at humingi ng tulong sa kanya. Isa siyang techy I.T. guy kaya alam niya ang gagawin."

"Sandali," sabi ni Mrs. Lester. "Sinasabi mo bang pareho silang ganoon, sina PJ sa Arden?"

Tumango siya.

"Sabi ko na nga, masama ang mga kompyuter!" ani niya. "Si Arden ko ay isang atleta. Dapat nasa labas siya ngayon na naglalaro ng sports, hindi nakaupo sa harap ng kompyuter at sinasayang ang oras niya. Ipinahipo niya ang iyak sa dibdib ng kanyang asawa at niyakap siya nito."

"Kailangan ang mga kompyuter sa paaralan," ani Ginoong Lester. "Walang nagawa ng mali ang anak namin at sigurado akong babalik siya sa dati anumang oras. Kailangan lang niya ng kaunting tulog. Kaunting pahinga, iyon lang. Ayos lang siya."

Umakbay si Alfred.

Nakakuha si E-Z ng mensahe sa kanyang telepono. "Sabi ni Lia, inutusan sila ni Doctor Flannel na huwag galawin si PJ. Sinabi niya na babalik din sa normal ang mata niya nang kusa. Sabi niya, mukhang hindi naman nahihirapan si PJ. Normal ang tibok ng puso at pulso niya. Kailangan lang niya ng pahinga."

"Salamat," sabi ni Ginoong Lester.

"Salamat sa pagdalaw," sabi ni Ginang Lester. "Ipapaalam namin kung may anumang pagbabago."

Umalis sina E-Z at Alfred matapos ang mahabang pagbisita at nakipagkita kina Lia at sabay-sabay silang naglakad pauwi.

"Hindi ko maiwasang isipin," sabi ni E-Z, "kung ang bagay na ito kina PJ at Arden ay sinadya bilang isang pagsubok. Nagpahiwatig si Eriel na dapat akong mag-alala tungkol sa isang bagay. Na dapat ko pa nga itong usisain. Kung ganoon nga, hindi ko alam kung paano ko ito aayusin. May naiisip ka bang paraan? Maliban sa paghingi ng tulong kay Tito Sam para makapasok sa computer ni Arden – wala na talaga akong maisip na gagawin."

"Kakaiba, kung ito nga ay isang pagsubok," sabi ni Alfred. "Dahil ang mga pagsubok ay bagay na ng nakaraan, hindi ba?"

"Oo nga, pero kung nasasaktan sina PJ at Arden, wala akong ibang mapipili kundi ang makialam. Kahit na nilabag ng mga arkanghel ang kasunduan natin."

"Parang wala silang malay. Ano'ng inaasahan nilang gagawin mo? Hindi naman ikaw ang may kapangyarihang magpagaling o kung ano pa man," sabi ni Alfred.

"Pero MERON KA!" sabi ni Lia.

"Mayroon nga, pero kapag magagamit ko. Sinubukan kong makipag-ugnayan sa isip nila. Pero para bang wala itong laman. Hindi ko sila maabot. Para maghilom sa kanila, kailangan may koneksyon. At wala akong maikonektahan. Patuloy kong tinatanong sa sarili ko kung dapat ba akong humingi ng tulong kay Ariel. Siya ang Anghel ng Kalikasan. Baka may maipayo siya, o may magawa siya na hindi ko kaya."

"Mabuting ideya iyan," sabi ni E-Z.

WHOOPEE

Dumating si Ariel.

"Ano'ng nangyayari?" tanong niya.

Ipinaliwanag ni Alfred ang sitwasyon.

Tinanong ni E-Z kung ito ba ay isang pagsubok na sinusubukan ng mga arkanghel na isiksik pagkatapos ng nangyari.

"Sa alinmang paraan, kailangan mong tulungan ang mga kaibigan mo," sabi niya. "Gusto mo silang tulungan, hindi ba?"

"Siyempre, gagawin ko, pero ang kailangan kong gawin, ang aksyong kailangan kong gawin sa isang pagsubok ay karaniwang mas halata."

"Hindi ba may narinig akong bulung-bulungan, na hindi ka raw makapag-inisyatiba?" tanong ni Ariel.

"Ina-suggest mo ba," tanong ni E-Z, na pinipigil ang boses para hindi siya mawalan ng pasensya. "Na pinag-coma ng mga arkanghel ang mga kaibigan ko para subukan ang inisyatiba ko?"

Ngumiti si Ariel. "Hindi, hindi ko iyan sinasabi. Pero, kung ito ay isang pagsubok, ano ang gagawin mo para tulungan sila?"

"Kapag may pagsubok na inilalagay sa harap ko, agad na gumagana ang utak ko. Alam ko kung ano ang gagawin para ayusin ito at agad ko na itong ginagawa. Dito, wala akong ideya kung ano ang gagawin para ayusin ito. Nanganganib ang kalusugan nila. Hindi ako doktor."

Inyakap ni Ariel ang kanyang mga braso. "Ano ang sinubukan mong gawin, Alfred?"

"Sinubukan kong kumonekta sa isipan nilang dalawa. Karaniwan, kapag kayang pagalingin ang mga tao o nilalang, may koneksyon—isa na hindi nabuwag ng panlabas na puwersa. Sa kaso nilang dalawa, parang sinarado nang todo ang pinto at hindi ko ito nabasag."

"Iniuwi mo na ang sarili mong tanong, kung ganoon," sabi ni Ariel. "May iba ka pa bang kailangan?"

"Hindi ka naman talaga nakatulong," sabi ni Lia.

Nanghingi ng paumanhin si Alfred.

WHOOPEE

At nawala na si Ariel.

"Hindi mo siya dapat sinasabihan ng ganoon," sabi ni Alfred. "Kung kaya niya kaming tulungan, ginawa na niya iyon."

"Pasensya na pero nakakainis kapag wala silang alam na higit pa sa atin. Mga arkanghel sila! Dapat may alam sila na hindi natin alam, kung hindi, ano'ng silbi nila?" tanong ni Lia.

"Ibig mong sabihin kay Haniel ba laging kayang lutasin ang anumang problema?"

Tumango-tango si Lia. "Hindi pa ako marami nag-usapan."

E-Z sinabi, "Walang silbi si Eriel. Sa tuwing hihingi ako ng tulong sa kanya, tinatago niya iyon. Oo, nagbibigay siya ng payo. Sinabihan akong ako na lang ang bahalang mag-isip. Katulad noong tinawag niya ako dati, nagpahiwatig siya tungkol sa isang sabwatan, o koneksyon, tawag niya. Nang hulaan ko kung ano iyon – paglalaro – na may koneksyon, wala pa rin siyang silbi. Sana sabihin na lang nila. Sa alinmang paraan, makakapagpokus na ako sa pagliligtas sa dalawang kaibigan ko mula sa sitwasyong ito."

"Nakita mo na?" sabi ni Lia. "Talagang walang silbi ang lahat ng mga arkanghel."

"Tinulungan ka ni Haniel noong nasaktan ang mata mo," paalala ni Alfred sa kanya.

Tumalikod si Lia sa kanya.

"Sana tama ang doktor at gagaling na silang dalawa bukas ng umaga," sabi ni E-Z. "Iyon lang ang magagawa natin."

Pagkarating nila sa bahay, pumasok sila sa bakuran. Bumuloso sila kay Little Dorrit at pinanood ang pagsilip ng araw habang nag-uusap tungkol sa kanilang susunod na hakbang.

Pinag-isipan ni E-Z ang ilang bagay na matagal nang naguguluhan siya. Sa Ang Puting Silid, hinihikayat siya nilang pagdugtong-dugtongin ang mga detalye. Kamakailan lang, tinulungan siya ni Eriel na paliitin ang mga pagpipilian.

Inulit-ulit niyang inisip ang lahat ng sinabi sa kanya ng babae sa tindahan. Kung paano siya kumuha ng mga bihag, na parang sa isang laro. Kung paano siya nakasuot ng kostyum, para magmukha siyang bounty-hunter sa laro.

Sunod, inisip niya ang mga detalye tungkol sa batang lalaki sa labas ng bahay niya. Diretsahan sinabi ng bata na pinadala siya para patayin si E-Z ng mga boses sa laro at kung hindi niya gagawin, papatayin ang pamilya niya.

Pagkatapos, naisip niya si Eriel at ang pagkakasangkot ng ibang mga Arkanghel sa mga pagsubok. Ngayon ay kasali na rin sina PJ at Arden.

Ihihila ba sila ng mga arkanghel para maabot siya? Kasalanan ba niya – dahil masyado siyang mabagal sa paglutas ng palaisipan na ibinigay nila sa kanya? Sinabi ng mga arkanghel na tapos na sila sa kanya. Kinansela nila ang mga pagsubok at natuwa siya nang mawala na sila. Bakit sila bumalik, at sinusubukang makipag-ugnayan muli sa kanya? Hindi ito maaaring pagkakataon lang.

Binuksan niya ang kanyang bibig para sabihin kina Alfred at Lia ang iniisip niya – sa halip, napunta siya muli sa silo. Ngunit sa pagkakataong ito, sa halip na metal ang lalagyan, ito ay gawa sa salamin at wala siya roon kasama ang kanyang upuan.

KABANATA 6
NAKABALIKTAD

Nakabitin si E-Z nang nakabaliktad sa loob ng isang bula ng salamin, tinitingnan ang luntiang-luntiang damo ng mundo. Nasa mataas na bahagi siya nito, at sumasakit nang husto ang ulo niya; natatakot siyang baka pumutok ito at mabulwak sa buong sisidlan. Ngunit sa kabutihang-palad, may humahawak sa kanya. Hindi niya alam kung ano iyon.

Hindi tulad ng ibang pagkakataon na nasa silo siya, hindi siya nakaposas (o ang upuan niya) sa lugar. Ang isa pang ikinatakot niya, sa pagbitin na nakabaliktad na ganito, ay hindi niya makikita si Eriel na papalapit. Ni hindi rin niya maaamoy ito.

Nang maisip niya si Eriel, gumalaw ang lalagyan. Natakot siyang mahulog. Gusto niyang kumapit sa kahit ano pero wala siyang mahawakan maliban sa hangin. Yumakap siya sa sarili. Pagkatapos ay may naramdaman siyang galaw. Umikot ang silid na salamin ng isang daang walumpung grado. Agad na gumaan ang pakiramdam ng ulo niya, mas naging malinaw, at inilagay niya ang kanyang pansin sa pagtakas. Mas maaga, mas mabuti.

Ngunit huli na, gumalaw ang bagay, pagkatapos ay umikot muli ng isang daang walumpung grado. Naibalik siya nito sa dati niyang kinalalagyan.

"Kumusta," sigaw ni Eriel habang idinikit niya ang kanyang mukha sa salamin. Pagkatapos ay kumatok siya at kumanta, "Papasukin mo ako, papasukin mo ako."

"Labas mo ako rito!" sigaw ni E-Z.

"Kalma ka lang," lambing ni Eriel. "Nandito ka dahil sa kabutihan ng puso ko. Gusto kitang personal na sabihan: nanganganib ang mga kaibigan mo."

"Ibig mong sabihin sina PJ at Arden?" Tumango si Eriel. "Alam ko na 'yan! Ikaw talagang malaking payaso!"

"Maaaring mabali ang aking mga buto sa mga patpat at bato, ngunit hindi ako kailanman masasaktan ng panlalait.," kanta ni Eriel.

"Kung hindi mo ako ilalabas dito – ngayon din – gagawin ko sa'yo ang higit pa sa kaya ng mga patpat at bato!"

Tinapik ni Eriel ang buto-butong daliri sa kanyang baba. Pagkatapos ng lahat, nasa tamang pag-iisip pa rin siya, na isang kalamangan kumpara sa kalagayan ni E-Z.

"Gusto kong malaman mo, na kahit na nasa panganib ang mga kaibigan mo, hindi mo kailangang mag-alala. Hindi sila nanganganib bilang mga superhero." Tumigil siya. "May nagsabi sa akin na akala mo sinusubukan naming ipasa sa'yo ang isa pang pagsubok nang palihim... pero hindi naman. Hayaan mo na lang sila sa tadhana."

"Ano'ng ibig mong sabihin, hindi raw sila nanganganib bilang Superhero?" sigaw ni E-Z.

Nawala si Eriel at nahulog ang garapon. Kumapit-kapit siya, saka niya napanatiling matatag ang sarili. Nahulog ulit ito. Paulit-ulit itong nangyari, hanggang sa sigurado na siyang malalagpak ang bungo niya sa semento na parang itlog.

Nang makita niya si Alfred sa gilid ng damuhan na kumakagat-kagat sa damo.

"Hoy!" sigaw ni E-Z.

"HOY!"

Tumigil sa pagkain si Alfred at naglakad-lakad papalapit. Tinitigan niya ang kaibigan, nakabitin nang nakatalikod sa loob ng isang bula na salamin.

"Ano'ng ginagawa mo diyan?" tanong ng swan na trumpeter.

"Eriel!" sigaw ni E-Z.

"Sapat na. Gisingin ko si Sam. Sana alam niya kung ano ang gagawin para makalabas ka diyan."

"Magandang ideya, at sabihan mo siyang dalhin ang upuan ko."

Habang naghihintay siya, sinisi ni E-Z ang sarili. Napalampas niya ang pagkakataong manghingi ng karagdagang impormasyon kay Eriel. Nagpakita siya ng pagiging biktima. Nabigo niya ang dalawa niyang pinakamatalik na kaibigan.

Nabuo siya ng plano. Pag nakalabas ako rito, hahanapin ko si Eriel at pipilitin kong sabihin niya sa akin kung paano iligtas sina PJ at Arden. Pipilitin kong manumpa siya na hindi na niya ako ilalagay sa ganitong kalagayan kailanman.

Sandali. Kung hindi naman nasa panganib na pang-superhero sina PJ at Arden, anong klaseng panganib ang hinarap nila? Kailangan pa ba talaga silang iligtas? O tama nga si Doc Flannel na sasabihin nilang makakabangon din sila at babalik sa dati sa lalong madaling panahon?

Hindi niya nagustuhan ang pahayag na "iwan sila sa tadhana". Naniniwala siya na tayo ang gumagawa ng ating sariling kapalaran, at ang dalawa niyang kaibigan ay nasa koma. Hindi nila matutulungan ang kanilang sarili, kaya tutulungan niya sila. Kahit ano pa ang sabihin ni Eriel.

Sa wakas, lumabas si Tiyo Sam na may hawak na malaking kasangkapan. "Panghiwa ng salamin ito," sabi niya. "Alam kong makakatulong ito balang araw nang bilhin ko ito sa isa sa mga infomercial sa telebisyon. Sabi nila kaya nitong gupitin ang salamin na parang mantikilya. Tingnan natin kung panlilinlang lang iyon sa patalastas." Gupitin niya ang paligid ng ilalim. Dahan-dahan. Maingat.

"Uy, bilisan mo, nahihirapan akong huminga rito! Pag sumikat ang araw, mapapaso ako."

"Pasensya, anak," malambing na wika ni Alfred.

"Malapit na," sabi ni Sam. Nakaluhod siya, dahan-dahang gumugulong pasulong habang hinihiwa ng panghiwa ang ilalim ng lalagyan. Samantala, ang mga tuhod ng kanyang pajama ay sumisipsip sa hamog ng damuhan. "Akala ko may kinalaman si Eriel sa pagkakakulong mo roon?"

"Opo."

Natapos ni Sam ang pagputol, at binitiwan ang pamangkin niya, saka niya ito tinulungan na makalipat sa wheelchair.

"Salamat Kuya Sam."

"Walang anuman. Ngayon, ipaliwanag mo nga, pakiusap?"

"Pagod na pagod ako. At naiinis na para ipaliwanag. Pwede ba nating gawin ito bukas na lang?"

Namumula ang araw habang sumisirit ito sa abot-tanaw.

Sa loob ng ilang oras, kailangan nang tingnan ni E-Z kung kumusta na ang kanyang mga kaibigan. Umaasa siyang magiging maayos sila. Bumalik sa normal. Para hindi na niya kailangang isipin pa ito. Kung hindi... kung hindi sila. Aba, sa alinmang paraan, mas magiging maayos ang lahat pagkatapos siyang makatulog.

"Aayusin ko sa kanya ang lahat," alok ni Alfred.

"Ano'ng alam mo rito? Kinailangan pa kitang sigawan para lang mapansin mo ako."

"Oh, nakita ko ang buong pangyayari. Akala mo ba ano'ng ginagawa ko rito? Inaantay kitang humingi ka ng tulong. Ayaw kitang istorbohin sa oras ninyo ni Eriel."

"Istorbo. Nakakatawa. Sige, sabihan mo siya. Matutulog na ako. Pagod na akong mag-isip." Ipinadulas niya ang sarili pataas sa rampa papunta sa bahay at nahiga nang nakasuot pa sa kama.

Pinangarap ni E-Z na siya ay nasa ikapitong kaarawan niya. Renta ng kanyang mga magulang ang isang indoor virtual gaming park. Naimbitahan niya ang labindalawang bata, kaya labintatlo sila, at kailangang magdagdag ng isang manlalaro ang isang koponan. Dahil araw niya iyon, tinawag nila ang mga pangalan ng koponan at ang huling napili ay napunta sa kanyang koponan. Tinawag nila ang kanilang sarili na Mga Tagapilas ng Bola. Ang kabilang koponan, na pinamumunuan ni Kyle Marshall, ay tinawag ang kanilang sarili na Bat Shitz.

"Hindi ninyo pwedeng gamitin ang pangalang iyan," saway ng koponan ni E-Z. "Halos mura na iyon."

"Ah, mag-isip ka ulit," sabi ni Marshall. "Ang pagbabaybay ay Shitz. Pinangalanan namin ang sarili namin ayon sa aso ko. Siya ay isang Shitz-hu."

"Maglaro na tayo," sabi ni E-Z.Kasama nina PJ at Arden sa koponan ni E-Z. Binugbog ng trio ng buhawi ang koponan ng Bat Shitz hanggang sa napagod na silang lahat at hindi na makagalaw.

"Hain na ang pagkain," sigaw ng ina ni E-Z. Naghihintay ang mga magulang sa katabing restawran. Nag-order sila ng maraming pizza, mga timba ng soft drink, at sa huli ay isang cake na puno ng kandila.

Sabay-sabay na umalis ang mga bata sa lugar ng paglalaro. Hindi nagtagal, napagtanto ni Arden na naiwan niya ang kanyang kapel ng baseball.

"Hindi ko ito maiwan! Kailangan kong bumalik!"

"Sasama kami sa'yo," sabi ni E-Z. "Sandali lang, sasabihin ko muna kay nanay."

"Ako na ang magsasabi sa kanya," sabi ni Kyle na nasa malapit.

Bumalik sina E-Z, PJ, at Arden. Nang hindi nila makita ang sumbrero, nagpatuloy sila sa paglalakad.

"Dito lang talaga ito!" sabi ni Arden.

"Hindi ko inakala na ganito kalayo pala," sabi ni E-Z.

"Uubusin ng mga uwak na 'yon ang lahat ng pizza bago pa tayo makabalik," sabi ni PJ.

"Huwag kang mag-alala, mag-iingat si Mrs. Dickens ng pagkain para sa atin. Alam niyang hindi tayo magtatagal."

Lumawak ang pasilyo papunta sa isa pang gusali, sa isa pang lugar. Sa harap nila ay isang napakalaking guillotine. Nasa itaas, sa ibabaw ng talim, ang sumbrero ni Arden. Sa mismong talim ay may karatula. Tumutulo pa rin dito ang pulang pintura, o dugo. Nakasulat dito, "Dito nakatapat ang ulo."

"Nananaginip ba tayo?" tanong ni Arden. "Kasi, hindi ko naman talaga kailangan nang husto ang baseball cap ko."

"Makinig ka. May mga tinig," sabi ni E-Z.

Mga bulong, napakalumanay, ngunit mga murmur. Una, isang babae lang. Pagkatapos ay may sumali, para sa isang duet. Pagkatapos ay may sumali pa para sa isang trio. Ang mga bulong ay naging isang sigaw.

"Hindi ko maintindihan ang mga salita," sabi ni PJ.

"Shhh," sabi ni E-Z, sabay turo sa kanyang labi gamit ang daliri.Habang umaawit ang mga tinig,

"'B-link at patay ka.

B-link at patay ka.

B-link at patay ka, B-link at patay ka,' sa himig ng 'Maligayang Kaarawan! sa iyo.'"

"Nakakatakot!" sabi ni PJ.

"Umalis na tayo," sabi ni Arden, nang biglang sumara ang pinto na kanilang pagpasukan at ang mga yabag ay gumalaw sa pasilyo.

Lalong tumingkad ang mga yabag.

KLANG.

KLANG.

KLANG.

Kadena. Papalapit. Mga paa na may bota. Isang sundalo. Isang napakatangkad na pigura, may kapelusong. May bitbit na pilak: isang panasa ng kutsilyo.

Nang marating niya ang paanan ng guillotine, inilabas ng pigurang may kapelusong ang isang balahibo mula sa kanyang bulsa. Inilapat niya ito sa talim. Gupitin nito iyon na parang mantikilya. Gayunpaman, nagpatuloy siya at lalo pa itong pinanasa. Habang hinahasa niya ang talim, umuungol siya nang mahina, na para bang nasisiyahan siya sa kanyang ginagawa.

"Parang hindi pa sapat ang talas ng guillotine!" bulong ni PJ. "Labas mo ako rito!"

Tumakbo si Arden papunta sa pinto at sinimulang kumatok nang malakas. "E-Z, kailangan mong ilabas kami rito! Kailangan mong tulungan kami! Pakiusap, tulungan mo kami!"

NAKAKARGA NG MENSAHE.

Lumitaw sa screen ang mga mukha nina PJ at Arden. Dalawang salita lang ang sinabi nila:

"BAYANAN SILA."

Nagising si E-Z nang marinig niyang binubugbog ni Uncle Sam ang pinto ng silid niya. "Bumangon ka E-Z, hindi namin mahanap si Lia!"

Nang magising na siya, naalala niyang sinusubukan siyang kontakin ni Lia. Para mag-update. Tiningnan niya ang telepono niya. May isang mensahe na may update.

"Okay lang," sabi ni E-Z, "kasama niya si PJ. Sabihin mo kay Samantha na ayos lang siya. Kailangan ko na siyang puntahan ni Arden mamaya. Nasaan si Alfred?"

"Nasa hardin siya," sabi ni Sam. "Gusto mo bang mag-almusal bago ka umalis?"

"Ang Sandwich na may keso na inihaw ang bongga ngayon. Salamat."

Habang nagbibihis si E-Z, iniisip niya ang kanyang panaginip. Nakikipag-usap sa kanya ang mga lalaki, sa pamamagitan ng isang pinagdaanang pangyayari noong sila'y pitong taong gulang pa. Kailangan niyang malaman kung tungkol saan ito. Babalaan sila? Sino ba talaga ang babalaan? Isang tiyak na pahiwatig ito pero sino ba talaga ang gusto nilang babalaan niya?

Oo, sigurado siyang sinusubukan nilang sabihan siya ng isang bagay, pero ano nga ba? Muli, nagkaroon siya ng kutob na may kinalaman lahat ito kay Eriel.

Una, pumunta siya sa bahay ni Arden, at ang kawawang lalaki ay parang zombie pa rin sa kanyang kama. May isang doktor sa tabi niya nang pumasok sina E-Z at Alfred.

"Ano ang diagnosis?" tanong ni E-Z.

"Una, alisin ninyo rito ang hayop na iyan!" sigaw ng doktor.

Nag-hoo-hoo si Alfred bilang protesta, pagkatapos ay naglakad-lakad na palayo. Sa labas, ngumunguya siya ng damo at nilinis ang kanyang mga balahibo.

Tiningnan ng doktor sina Ginoo at Ginang Lester, "Gaano karami ang gusto ninyong malaman ng batang ito?"

"Ito si E-Z, isa siya sa mga matalik na kaibigan ni Arden."

"Alam ko kung sino siya, nakita ko na siya sa telebisyon na nagliligtas ng mga tao."

Hindi alam ni E-Z ang sasabihin kaya't nanahimik na lang siya, pero hindi niya nagustuhan ang ugali ng doktor na ito.

"Nasa koma si Arden."

"Oo, iyan ang akala ko. Ah, kaya kailan siya magigising? Sinabi ni Dr. Flannel sa bahay ng mga Handle – kung saan nasa parehong kalagayan si PJ – na babalik siya sa dati sa lalong madaling panahon."

"'Yun ang hindi ko alam. Pinoprotektahan ng katawan niya ang sarili mula sa isang bagay, kaya magigising siya kapag sapat na ang kanyang lakas para gawin iyon. Samantala, iminumungkahi kong may kasama siyang palagi, 24/7." Pagkatapos ay sa mga Lester, "Siguro pinakamabuti kung kayo dalawa ang mag-aasikaso para kumuha ng nars. May marerekomenda ako. Kung maaari kayong magtrabaho sa bahay, iyon ang pinakamaganda. Babalik ako sa inyo pagkalipas ng ilang araw."

"Pagkalipas ng ilang araw," inulit ni Ginoong Lester.

Pinayuhan ni Gng. Lester ang doktor na lumabas ng bahay.

Sumunod si E-Z. "Kung makakatulong ako, huwag mag-atubiling mag-duty sa tabi niya. Pupunta na ako ngayon kay PJ. Nandoon na si Lia, at nag-text siya na ganoon pa rin siya."

"Ipaalam mo sa amin ang kalagayan at iparating mo ang pagbati namin sa pamilya ni PJ."

"Sige," sabi ni E-Z, nang magkita muli sila ni Alfred. Sabay silang lumipad palayo.

Habang lumilipad silang magkasabay, sabi ni Alfred, "Hindi ako nagustuhan nung doktor na 'yon. Kapag malupit ang isang tao sa mga hayop... hindi ko sila pinagkakatiwalaan."

"Naiintindihan ko, pero ginagawa lang niya ang trabaho niya."

"Kami, ang mga swan, hindi naman nagdudulot ng salot o... kalimutan na. Nakalimutan ko ang Avian flu – pero nangyari iyon dahil sa mga tao."

Lumapag sila sa bahay ni PJ, kung saan naghihintay na si Lia na nakabukas ang pinto.

"Kamusta na kayong dalawa?" tanong niya.

"Ayos lang," sagot ni Alfred.

"Ah, medyo naiinis siya dahil inalis siya ng doktor ni Arden sa silid, pero ayos lang ako, salamat. At ikaw?"

"Ayos lang ako, pero nawawalan na ng bait ang mga magulang ni PJ at wala pang senyales ng paggaling."

"Tinawagan ba nila uli ang doktor?" tanong ni Alfred.

"Hindi. Binigyan niya sila ng pag-asa, pero wala nang iba pa, karamihan ay na gagaling din siya. Pero nag-aalala ako na baka mali siya." Tumigil siya, medyo namumula.

"Oh, isang bagay pa, nung hinahawakan ko ang kamay niya." Tinitigan niya silang dalawa. "Siya, aba, hindi ako sigurado kung naisip ko lang iyon, o kung talagang ginawa niya – pero pakiramdam ko piniga niya ito."

"Uh, salamat sa pag-alaga sa kanya. Magpalit-palit na lang tayo ng bantay kasama ang mga magulang niya, para walang masyadong napapagod. Pwede ka nang umuwi ngayon at makasama mo muna ang nanay mo. Malamang hinahanap ka na niya." Hindi niya talaga balak banggitin ang tungkol sa paghawak ng kamay.

"Aalis na lang ako kapag aalis ka na rin," sabi ni Lia habang papunta sila sa kwarto ni PJ.

Mag-isa na ngayon sina Alfred, Lia, at E-Z kasama si PJ.

"Nagkaroon ako ng kakaibang panaginip kagabi. Nandoon kami ni PJ at Arden sa ikapitong kaarawan ko – pero hindi nangyari ang mga bagay-bagay tulad ng dati noon. Sinusubukan nilang makipag-ugnayan sa akin sa pamamagitan ng isang pangyayaring pinagdaanan naming magkakasama pero hindi ko alam kung ano ang sinasabi nila."

"Ikuwento mo sa amin ang panaginip," sabi ni Alfred. "At huwag mong laktawan ang kahit ano."

"Oo, ikuwento mo sa amin at titingnan namin kung matutulungan ka naming unawain ito. "

"Nangyari naman nang normal. Ganoon pa rin ang lahat ng nangyari noong araw na iyon, hanggang sa nakalimutan ni Arden ang kanyang baseball cap at bumalik kaming tatlo para kunin iyon."

"Kaya, hindi niya nawala ang baseball cap niya sa totoong party?"

"Hindi, hindi niya nawala. Sa totoo lang, sobrang hilig niya sa cap na iyon kaya madalas naming siya biruin na nakadikit na iyon sa ulo niya. Kaya, mahalaga itong bahagi ng panaginip. At naroroon kami na naglalakad pabalik sa lugar ng laro at ang pasilyo ay tila mas mahaba kaysa noong iniwan namin ito. Matagal kaming naglakad. Nag-uusap nang parang dati. Hindi namin namalayan sa una na matagal na pala kaming naglalakad. Inisip ni Arden na iwan na lang ang sumbrero doon dahil ang tagal ng pagbalik, pero nagpasya kaming kunin ito. Sinabi niya na may sentimental na halaga sa kanya ang sumbrero."

"Kawili-wili," sabi ni Lia. "Alam mo ba kung bakit niya gustong-gusto ang sumbrero?"

"Lagi niya itong sinusuot dahil gusto niya ang koponan. Hindi ko inakala na may sentimental na ugnayan siya sa totoong buhay bukod sa koponan mismo. At sa panaginip, sa puntong iyon, hindi ko rin alam hanggang sa sinabi niya. Pagkatapos, lumawak ang pasilyo at napag-alaman naming nasa isang malaking maaliwalas na silid kami, parang isang auditorium. Sa gitna ng silid ay isang napakalaking guillotine."

"Ano! Ang kakaiba!" sabi ni Alfred.

"Nakakatakot," sabi ni Lia.

"May iba pa. Sa itaas, sa ibabaw ng talim, ay ang sumbrero ni Arden at sa ilalim nito ay isang karatulang may nakasulat: Dito ilalagay ang ulo."

Nanlaki ang mga mata nina Lia at Alfred.

"Sabi ni Arden, hindi na raw siya gaanong interesado sa sumbrero. At doon ay biglang naging madilim at narinig namin ang mabibigat na yabag na papalapit sa amin. Mga bota. Pag-klik ng kadena o baluti. Pagkatapos ay muling bumaskag ang ilaw nang pumasok ang isang lalaki na may hood sa ulo. Lumapit siya sa guillotine at hinasa ang mga kutsilyo, isa-isa."

"Ano ang nangyari pagkatapos?" tanong ni Alfred.

"Pagkatapos ay may lumitaw na computer screen na may nakasulat na Naglo-load at lumabas ang larawan nilang dalawa. Sinabi nila ang dalawang salita: 'BAYANAN SILA.'

"Ano ang nangyari pagkatapos?" muling tanong ni Alfred.

"Pagkatapos ay ginising ako ni Uncle Sam at tinanong kung alam ko kung nasaan si Lia."

"Hindi sapat iyon para masundan ang bakas," sabi ni Lia, "Mahilig ba siya sa kupyang iyon? At sino ang dapat babalaan?"

"Ang paboritong koponan ni Arden noon at hanggang ngayon ay ang Boston na Pulang Sox. Regalo sa kanya ang sumbrero - tunay na regalo - hindi niya ito iiwan kailanman, kahit ano pa man. Gayunpaman, naisip niyang iwan ito sa panaginip nang hindi bababa sa dalawang beses."

"Pero hindi naman siya sapat na interesado para isaksak ang ulo niya sa guillotine para lang makuha ito," sabi ni Alfred.

"Sino ba naman ang gagawa niyan!" tanong ni Lia.

"Sana magamit natin ang computer ni Arden. Tiyak na may clue doon. Tiyak na may file siya, isang nakatagong bagay na mahahanap ko. Baka iyon ang tungkol sa panaginip. At kung bakit binigyan niya ako ng clue."

Nag-check si Lia online sa kanyang telepono para sa kahulugan ng panaginip na may guillotine. "Sinasabi nitong kumakatawan ito sa takot o pagkabahala. Ang mapili o mahiya tungkol sa isang bagay."

"Sa tingin ko, may naiisip na ako," sabi ni E-Z habang tinitipa niya sa telepono ang listahan ng kanyang mga kontak.

"Sandali," sabi ni Alfred, "tawagan mo si Sam."

"Tama ka, baka dapat ipaalam ko muna ito sa kanya." In bilis na pag-dial niya si Sam at ipinaliwanag ang sitwasyon. Sabi ni Sam na pupunta na agad siya sa bahay ni Arden at doon na lang sila magkita.

"Ayos lang ba dito sa loob?" tanong ng nanay ni PJ. "Gusto mo bang uminom o kumain ng meryenda?"

"Hindi na po, salamat. Pero pupunta si Tito Sam sa bahay ni Arden at doon kami magkikita. Titingnan namin ang computer ni Arden, para malaman kung ano ang huli niyang ginagawa. Sayang at sira na ang computer ni PJ."

"Matalino mong ideya iyan. Narinig naming tinawagan din ng mga magulang ni Arden ang doktor, nakatulong ba siya?"

"Hindi, hindi siya."

"Ipapaalam namin sa'yo kung may maririnig kami," sabi ni Lia, habang hinahawakan niya ang noo ni PJ.

"Mabait kang bata," sabi ng ina ni PJ. Pagkatapos ay umalis siya ng silid, pinipigilan ang pag-iyak.

Nang dumating sila sa bahay ni Arden, naghihintay na sa kanila si Sam sa labas. May dala siyang laptop, at isang bag na puno ng mga gamit sa kompyuter, at iba pang maliliit na gamit.

Pumasok silang magkasama sa loob kung saan inayos ni Sam ang sarili niyang laptop sa isang gilid, saka niya ito isinaksak sa kabilang bahagi ng silid, at tiningnan naman ang setup ni Arden. Nakasaksak ito nang direkta sa saksakan sa pader. Walang protektibong power bar laban sa hindi inaasahang pagtaas ng kuryente. Buti na lang at palagi siyang may dalang isa sa kanyang bag.

Matapos mai-secure ang power bar, isinaksak niya ang computer ni Arden dito. Naghintay sila – at walang nangyari. Bilang mabuting senyales, pinindot niya ang power on, at biglang gumana ang computer ni Arden. Kinailangan ng password. Isang password na wala sa kanila ang nakakaalam.

"May hula kayo?" tanong ni Sam.

Tinipa ni E-Z ang Boston na Pulang Sox. Sinubukan din niya ang gitling pangalan ni Arden na Daniel. Hindi rin.

"Subukan mo ang guillotine," mungkahi ni Alfred.

"Bingo!" sabi ni E-Z, ngayon ang kailangan na lang niyang gawin ay hanapin ang history.

"Ako na," sabi ni Sam, habang ini-click niya ang settings, naghahanap ng hindi pangkaraniwan. Wala namang kakaiba.

"Ano ang huling ginawa niya? Naglalaro ba siya ng laro?" tanong ni E-Z.

Habang ini-click ni Sam para malaman, sumiklab ang apoy sa surge bar. Tumakbo si Uncle Sam para patayin ang apoy, at nang makabalik siya, tinakpan na ni E-Z ito ng kumot. "Maganda ang naisip mo," sabi niya.

"Sana nga ay ganoon din ang isipin ng nanay ni Arden!"

"Kunin mo ang hard drive!" sabi ni Sam, na ginawa naman ni E-Z bago pa ito masunog. "Ngayon, dalhin natin ito, at titingnan natin kung ano ang makikita natin."

KABANATA 7
TALAKAYAN

Habang pauwi na sila, iniisip pa rin ni E-Z ang mensaheng "Bantayan sila". Maaari kaya itong higit pa sa isang panaginip?

"Nagtataka ako," sabi niya.

"Tungkol saan?" tanong ni Sam.

Ipinaliwanag ni E-Z ang kanyang panaginip at ang mensahe, saka niya idinagdag ang bagong ideya niya para malaman kung ano ang masasabi nila rito.

"Inayos nina PJ at Arden ang website para makagawa tayo ng Podcasts sa hinaharap. Iniisip ko kung dapat ko itong gamitin, kapag nalaman na natin kung sino ang babalaan. Marami talaga tayong maaabot na tao."

"Napakagandang ideya!" sabi ni Sam, "Pero hindi ba dapat magsimula na tayong magkaroon ng mga tagasunod ngayon? Para kapag handa na tayong iparating ang babala, mayroon na tayong ilang mga subscriber?"

"Ano ang sasabihin ko?"

"Pag-isipan muna natin," sabi ni Lia. "At nandyan lang kami sa tabi mo."

"Okay lang sa akin na ako ang magsalita."

Pag-uwi nila sa bahay, pumasok sila.

KABANATA 8

BUHAY SI BRANDY

Nang una niya siyang nakita, musika ang pinagkakapareho nila. Tumutugtog siya ng piano, mas mahusay kaysa sa karaniwan pero hindi naman lubos na kahanga-hanga. Sabi ng guro niya sa musika na may likas siyang galing—kahit ano pa man ang ibig sabihin noon. Pero mga kantang may kahulugan lang sa kanya ang kaya niyang tugtugin. Pag naaalala niya ang mga iyon, kaya niya agad itong tugtugin. Gayunpaman, ang pagpipilit sa kanya na tumugtog ng kantang hindi niya gusto ang naging dahilan kaya napopoot siya sa pagkuha ng mga leksyon.

Pinursige niya ito. Pinilit niya ang sarili kahit ayaw na niya. Umaasa siyang makakapeke siya para makapasok sa banda ng paaralan.

Gusto ng kanyang mga magulang na may maipakita para sa lahat ng bayad nila sa mga leksyon. Pinilit nila siyang sumailalim sa audition para sa banda – para mas makilahok siya sa mga aktibidad ng paaralan.

"Maganda 'yan para sa application mo sa kolehiyo," sabi ng kanyang ama.

"Gawin mo ang makakaya mo, iyan lang ang hinihiling namin. Ibigay mo ang iyong pinakamahusay!" sabi ng kanyang ina.

Gayunpaman, ang auditions ngayong taon para sa Hayskul ay puno ng mga talentadong bata. May isang mahusay na drummer na lalaki nang nasa entablado nang pumasok siya sa auditorium.

Habang pinagpapawisan ang mga palad at mabilis ang tibok ng puso, sumabay siya sa pila. Isang pila ng mga estudyante at guro ang nagpalakpak at tumapak-tapak sa ritmo. Nararamdaman niya ang pag-uga ng sahig sa bawat kumpas.

Parang robot, nagpatuloy siyang maglakad sa gilid ng auditorium hanggang sa makalapit siya nang husto sa entablado.

Ngayon, palihim siyang lumabas ng pinto at pumasok sa backstage. Tumayo siya kasama ang iba pang mga performer na nakahanda at pumalakpak na para bang dati na siyang nandoon.

Isang napakagandang plano iyon. Sobrang nakatutok ang lahat sa audition niya kaya hindi nila napansin na sumiksik siya sa pila.

"Sino siya?" bulong niya sa babaeng nasa harap niya sa pila.

"Shhhhh!" ang sagot ng ibang naghihintay na mga tagapag-tanghal.

Patuloy siyang tumutugtog ng tambol, nakasuot ng maong, habang ang gintong buhok niya ay umaalon at tumatalbog. Pagkatapos ay yumuko siya nang mas malapit sa mikropono at ang malalim at malagu niyang boses ay sumabay sa beat.

Dumikit siya nang kaunti, at nang gawin niya iyon, napansin niya ang pangati na hindi pa naramdaman niya kanina. Sa mga palad niya, sa mga braso niya, sa mga binti niya. Nangati siya at hindi nakaramdam ng ginhawa. Sa katunayan, lalo lang itong lumala at hindi nagtagal ay para nang nasusunog ang balat niya. Pagkatapos ay lumalim ang paghinga niya at bumagal ang tibok ng puso niya.

"Kalma ka lang," bulong niya, nang malakas at sa isip.

Ito ang huling naalala niya bago siya magising sa isang gumagalaw na sasakyan.

KABANATA 9

TUNGKOL KAY BRANDY

Mabilis na bumabagtas ang sasakyan sa highway. Nasa likurang upuan siya. Sino ang may kotse? Hindi niya ito nakikilala.

Sinubukan niyang umupo nang tuwid; sumasakit ang ulo niya – parang may tren na dumaraan sa loob nito. Pumikit siya sandali at nakinig, sinusubukang alamin kung paano siya napunta roon. Ang amoy ng kotse ay kakaiba, bago at luma nang sabay.

PFFT.

May naamoy siyang mabaho mula sa bentilador na nagdulot ng pag-alog ng sikmura niya, at siya'y sumuka.

"Hoy, bantayan mo ang loob," sabi ng isang boses na lalaki. "Katad ito, tunay na katad." Tumunog ang kanyang telepono at sinagot niya ito gamit ang mikropono sa visor. "Oo, malapit na kami diyan," sabi niya. Binaba niya ang tawag at saka niya pina-tugtog nang malakas ang radyo.

Tali ang kanyang mga kamay, hindi sa likuran tulad ng nakikita niya sa mga pelikula, kundi sa harap, sa ibabaw ng nakabukas na seatbelt. "Gusto ko nang umuwi!"

"Sandali na," ang sagot ng boses ng lalaki sa gitna ng kanta ni Drake.

Matapos magmaneho ng tinatayang tatlumpung minuto, huminto siya sa isang gasolinahan. Ikinandado niya siya sa loob, saka binagsak ang pinto at iniwan siyang mag-isa nang hindi man lang nagsalita.Tumingin siya sa bintana at pinilit na huwag muling magsuka. Ang humuli sa kanya o kidnapper, kung ano man ang tawag dito, ay pumasok. Umaasa siyang hindi ito isang kidnapper na nagbabalak humingi ng ransom. Wala namang pera ang kanyang mga magulang para bayaran ang kanyang pagbabalik. Nagpokus siya sa kasalukuyan, napansin niyang walang hawakan ang mga pinto at hindi gumagana ang mga pindutan para buksan ang bintana.

Sa kabilang panig ng kotse, sa gasolinahan, nakita niya ang isang lalaki.

"TULONG!" sigaw niya nang buong lakas, alam niyang ito na lang marahil ang kanyang pagkakataon.

Nang hindi siya sinagot, pinukpok niya ang kanyang mga nakagapos na kamay sa saradong bintana. Mahirap makagawa ng kahit anong tunog dito sa loob ng kotse na parang akwaryum. Nilingon niya at papalapit na sa kotse ang kanyang nanghahalay, may dalang isang lata ng softdrinks at dalawang tsokolate. Nang umupo siya sa manibela, itinapon niya ang isang tsokolate patungo sa kanya. Hindi niya ito mahuli, kinamumuhian niya ang ganung klase, hindi pa banggitin na kakaromol lang siya.

"Umiinom ako," sabi niya.

"Ano'ng gusto mo?" tanong niya, saka pumasok, at halos agad na lumabas na may dalang bote ng tubig.

Binuksan niya ang takip at inilagay ito sa mga kamay niya. Kahit na nakagapos ang mga kamay niya, nagawa niyang makahigop ng tubig sa kanyang bibig matapos ang ilang subok. Patulo-tulo ng tubig ang harap ng t-shirt niya. Hindi niya ito pinansin, naalis nito ang baho ng suka.

"Salamat," sabi niya.

Makaraan ng ilang sandali, nasa highway na naman sila. Pinasalpok niya ang takbo, lumipat sa mabilis na linya at nabuksan ang seatbelt niya. Nagpagulong-gulong siya sa likod ng kotse, na parang isang dice na gumulong nang walang direksyon.

"Tigilan mo 'yan, baliw ka!" sabi ng lalaki, habang sinisikap niyang ibalik ang seatbelt kahit nakatali ang kanyang mga kamay.

Sumirit ang mga gulong nang pabigla-bigla siyang lumipat ng linya. Nagpreno ang ibang mga drayber para umiwas sa kanya. Pagkatapos ay tinungo niya ang off-ramp. Bigla niyang hinarurot ang preno, huminto. Bumaba siya mula sa harap na upuan, binuksan ang pinto sa likod.

Handa na siya, nakaturo ang mga paa niya sa kanya, at sinipa niya ito nang buong lakas sa isang malakas na sipa na may dalawang paa. Nahulog siya sa lupa at bumaba na siya ng kotse, tumatakbo nang parang baliw nang mabangga siya ng isang kotse, sinundan ng isa pa, at isa pa.

Sumakay muli siya sa kotse at nagmamadaling umalis.

"Mangmang na babae!" ang sigaw niya.

KABANATA 10
MGA ALAALA NI BRANDY

"Nangyari na naman, hindi ba?" tanong ng kanyang ina habang tinutulungan niyang bumaba si Brandy mula sa kariton ng grocery. "Ano'ng nangyari ngayon?"

"Pasensya na, Ma," sabi ng dalagita, na yumuko para itali ang kanyang sapatos. Ang sarap ng pakiramdam ng kanyang mga kamay ngayon na hindi na ito nakagapos.

Yumuko ang kanyang ina at bumulong, "Katulad ba ng mga nakaraang beses? Nawalan ka ba ng malay?"

Tumayo siya, at tumingin sa pinto.

"Sabihin mo sa akin," sabi ng kanyang ina, itinulak niya ang anak sa harap niya para silang dalawa lang ang makarinig. Wala namang ibang tao sa kanilang aisle. Nasa paaralan ako, sa auditions. May isang lalaki na nag-solo sa drums at kumanta. Napakahusay niya."

"At parang panaginip din, 'no?" tanong ng kanyang ina.

Naramdaman niyang namumula ang kanyang mga pisngi. "Tumaas ang tibok ng puso ko, parang tumakbo, pinagpawisan ang mga palad ko at kakaiba ang pakiramdam ko. Nang hindi ko namalayan, nakagapos na ako sa likod ng isang gumagalaw na sasakyan!"

"Nakagapos? Sa kotse? Sino ang may kotse? Sino ang nagmamaneho? Saan ka papunta?"

"Hindi ko nakilala ang kotse, o ang drayber. Nakikipag-usap siya sa isang tao, gamit ang isa sa mga hand-free na mikropono. Ayos lang siyang magmaneho hanggang sa makapasok siya sa highway. Pagkatapos ay nagmaneho siya na parang baliw at nagkunwari akong natanggal ang kinturon na pang-seguridad. Nang huminto siya sa gilid ng kalsada, sinipa ko siya nang malakas kaya nahulog siya at tumakbo ako agad."

"Buti na lang at nakatakas ka. May tumigil ba para tulungan ka? Sana nakuha mo ang numero nila, para matawagan ko at mapasalamatan sila."

Hindi nagsalita si Brandy, dahil naaalala niya ang mga kotse, isa, dalawa, tatlo habang tinatamaan siya, at namatay siya. Muli. At napadpad sa Tindahan ng pagkain kasama ang kanyang ina, muli.

"Magsalita ka," sabi ng ina ni Brandy.

"Namatay ako - muli," sabi ni Brandy "at napunta rito. Muli."

Umupo siya sa sahig, o mas tama, nanlambot ang kanyang mga tuhod at bumagsak siya sa kanyang mga tuhod. Sinundan siya ng kanyang ina, na parang domino.

Nag-upo silang magkasama, magkahawak-kamay nang hindi nagsasalita.

KABANATA 11
BRANDY NOON

"Bilisan mo, Brandy!" ang sinabi ng kanyang ina noong huling beses. Noong huling beses na namatay – at nabuhay muli – ang kanyang nag-iisang anak na babae.

Kapag karamihan sa mga magulang ay kailangang pumunta sa pamilihan ng mga pagkaing pang-araw-araw kasama ang kanilang mga anak – hindi sila makapaghintay na makalabas nang mabilis.

Hindi isa si Brandy sa mga batang iyon. Mas gusto niya ang mga tindahan kaysa sa mga parke, palakasan – halos lahat ng aktibidad. Ang pagsama sa kanya sa pamimili ang tanging paraan para makalabas siya ng bahay.

Hindi naman lubos na kasalanan ni Brandy. Ipinanganak siya na may bihirang kondisyon sa puso. Isa raw na mawawala habang tumatanda siya. Kaya, ang pagtakbo at paglalaro kasama ang ibang mga bata ay hindi opsyon para sa kanya.

Dahil dito, napalapit ang loob niya sa mall, pero ang pinaka-paborito niya sa lahat ay ang pamilihan ng mga pagkaing pang-araw-araw. At palaging kalmado ang mga aisle ng pagkain. Maliban noong isang beses na namimigay sila ng libreng DVD. Sobrang natuwa si Brandy kaya hindi na siya makahinga, at kinailangang dalhin siya agad sa ospital.

Tatlong taong gulang pa lang siya noon.

KABANATA 12
BRANDY NGAYON

Ngayon na labing-apat na ang anak niyang babae, tila nangyayari na ito nang hindi na gaanong madalas. Gayunpaman, naisip niya kung ano ang mangyayari kapag masyado na siyang malaki para magkasya sa kariton ng pamilihan ng mga pagkaing pang-araw-araw.

"Bakit dito, sa palagay mo?" tanong ng ina ni Brandy, "Bakit palagi tayong dalawa lang at dito?"

"Hindi ko alam, Ma, pero may isang bagay akong alam. Gusto kong mamili. Gusto kong bumili ng pagkain at inumin at, aalis na ako. Manatili ka rito kung gusto mo, babalik ako sa isang minuto. O sige, maglaro ka ng Solitaire sa telepono mo. Makakapagpakalma iyon sa nerbiyos mo at ang pamimili naman ang makakapagpakalma sa akin."

Umiupo ang babae sa sahig, habang dumarating at umaalis ang mga kariton, at inilaan ang buong pansin sa larong Solitaire. Kilala na kilala siya ng anak niya. Gayunpaman, ang sinusubukan niyang huwag alalahanin ay kung gaano karami—o mas tama, kung gaano kaunti—ang ikukwento niya sa asawa. Hindi niya sinabi sa kanya noong huling beses na namatay ang anak niya, o noong isang beses bago iyon, o noong isang beses pa bago iyon. Sinabi lang niya rito na namili sila at nakakapag-stress iyon.

"Handa na ako," ang sabi ni Brandy noon, nang siya ay isang munting batang babae na puno ang mga braso ng cereal at pop tarts.

Tumungo sila noon sa self-serve check-out line.

"Ako na, Ma!"

Iyan ang palaging sinasabi ni Brandy. Gustong-gusto niyang panoorin ang cashier habang ini-scan nito ang bawat bagay. At kawawa na lang sila kung mali ang scan.

Umuwi na sina Brandy at ang kanyang ina para sa araw na iyon at bumalik sa kotse. Umupo si Brandy sa harapan at sinuot ang kanyang seatbelt. Nagmaneho na sila, at sandali lang sila huminto sa Mag-drive-through para kumuha ng dalawang hot fudge sundae.

"Nakakuha tayo ng mga talagang magagandang bentaha ngayon," sabi ni Brandy noon, at inulit niya iyon ngayon.

"Alam kong mahal mo siya, pero gusto ko pa ring marinig nang higit pa tungkol sa, uh, insidente mo ngayon. May naaalala ka pa ba tungkol sa nangyari? Siguradong natakot ka nang husto, nag-iisa sa kotse kasama ang isang estranghero? Ang hindi ko maintindihan kasi, paano nangyayari ang ganito. Iba ba ito sa mga dati? Sabi mo isang minuto nandoon ka sa audition ng banda ng paaralan at sa susunod nasa kotse ka na?"

"Oo, hinihintay ko ang turno ko para mag-perform, kasama ang ibang estudyante. Nakikinig kaming lahat sa batang lalaki sa drums. Ang galing niya, kumakanta at tumutugtog. Malapit na ako sa unahan ng pila nang,

ZAP,

nawala na ako."

"Ay, hindi ko gusto ang tunog ng

ZAP

na iyan."

"Ganyan talaga nangyari, Ma. Una, nangati ang mga kamay ko, tapos ang mga binti ko, ang mga braso ko."

"Hindi mo sinabi sa akin na mangati ka noon?"

"Nangyayari 'yan. Karaniwan, pinakalma ko ang sarili ko. Sa pagkakataong ito, wala nang gumana at, alam mo na, yung salitang Z."

"Kailangan kong itanong, pero sa tingin mo ba ay nangyari ito dahil gusto mong iwasan ang audition? Ibig kong sabihin, ang mag-audition mismo. Hindi naman ito bagay na gustong-gusto mong gawin."

Pinitik-pitik ni Brandy ang mga daliri sa sandalan ng pinto. "Hindi ako sasakay sa kotse ng hindi ko kakilala para lang iwasan ang audition," sabi niya.

"Sige anak," sabi ng kanyang ina, na napaluha. Muli, mali na naman ang sinabi niya. Palagi siyang nakakasabi ng mali pagdating sa...ano nga ba ang itawag niya rito? Sa mga pakikipagsapalaran ng kanyang anak sa paglalakbay.

"Okay lang, Ma."

Nagmaneho sila nang tahimik sandali. Komportableng katahimikan iyon.

"Gusto kong malaman kung paano kita matutulungan," sabi ng ina ni Brandy. "Para sa susunod..."

"Alam kong gusto mo, Ma, pero hindi ka nandiyan kapag nangyayari. Kailangan kong kayanin ito nang mag-isa."

"May isang bagay ba na laging nangyayari – bago ka maglaho?"

"Sana maalala ko, Ma, pero tulad noong nakaraan, hindi ko maalala." Tumitig siya sa labas ng bintana, pagkatapos ay nag-krus ng braso.

"Sige, pag nasa bahay na tayo, pwede kang mag-ensayo nang paulit-ulit. Para mas handa ka pa sa audition mo bukas."

"Isang araw lang ang audition. Kaya, wala akong tsansa ngayong taon. Bukod pa diyan, ayaw ni Daddy kapag nagpe-practice ako, lalo na kapag nagtatrabaho siya sa bahay. Sabi niya, sumasakit daw ang ulo niya."

"Hindi naman ganoon ang ibig sabihin ni Daddy," sabi niya. "Kakausapin ko siya. Pagkatapos ng lahat, gusto mong tumugtog ng piano bilang trabaho, hindi ba? Ibig kong sabihin, balang araw, pagkatapos mong mag-graduate. At tatawagan ko ang guro mo – hihingin ko ng eksepsyon sa patakaran."

"Gusto kong marinig kung paano nag-usap kayo!" tawa niya. "Kumusta, Mr. Hopper, ako si Nanay ni Brandy, at ang anak ko, aba, nakahimpapawid siya sa oras papunta sa isang mabilis na kotse kasama ang isang estranghero, tapos, namatay siya. Kaya, puwede ba siyang mag-audition para sa inyo bukas?"

"Malupit iyon," sabi ng kanyang ina. "Nagbago na ba ang isip mo tungkol sa gusto mong magkarera sa musika? Sigurado naman akong may exception sila para sa mga estudyante palagi, di ba?"

"Siguro nga, pero hindi ako nag-aalala na hindi ko na-audition. May susunod pa namang taon. Tsaka, gusto kong maging mamimili, sa tingin ko kaya palagi akong bumabalik sa Tindahan ng pagkain o sa tindahan ng damit. Naalala mo yung isang beses?"

Tumango ang kanyang ina.

"Pagkatapos ng pagiging mamimili, isang pianista, tapos isang guro," sabi ng dalagita, habang binubuksan ang kanyang mga braso at kinakagat ang kanyang mga kuko.

Tumingin sa kanya ang kanyang ina, "Huwag, anak. Hindi malinis ang pagkagat ng kuko." Nagtaas ng kamay si Brandy. "Sunod-sunod ba 'yan?" sabi ng kanyang ina, na tumatawa.

"Siguro pabaliktad," sigaw ni Brandy nang pumasok sila sa driveway. "Hindi pa uuwi si Daddy."

Ginamit niya ang Awtomatikong pambukas ng pinto ng garahe nang hindi sinagot ang anak. Oo, na-late na naman ang asawa niya. Pababa nang pababa ang uwi niya gabi-gabi. Sabi niya, pinapabagal siya ng trabaho, pinapagawa ng overtime nang walang bayad. Ayaw niya kapag hindi na uuwi si asawa para makita si Brandy bago matulog. Hindi bababa't may nakahandang meryenda sila. Maghahanda siya ng hapunan, aayusin niya si Brandy sa kwarto nito. Sa ganoong paraan, makakapaghapunan silang mag-asawa. Magiging magandang gabi iyon, silang dalawa lang.

"Kunin mo ang mga bag," sabi niya.

"Sige, Ma," sagot ni Brandy habang papasok sila.

KABANATA 13
OUTBACK NG AUSTRALIA

Ang batang lalaki sa Outback sa Hilagang bahagi ng Australia ay naninirahan sa isang kahon. Labindalawang taong gulang siya nang matagpuan nila. May kapansanan ang hugis ng katawan niya dahil nakaupo siya na nakakurba ang likod at nakataas ang mga tuhod—parang kahon. Kahit nang binasag nila ito at pinakawalan siya.

Hindi siya makapagsalita, o ayaw niyang magsalita. Hanggang sa muling natuto siyang magtiwala. Nang magawa iyon, nag-unat siya at nagrelaks ang katawan.

Mas gusto niya ang mga mahihinang boses, ang mga boses na nagbabbulong. Ang malalakas na bagay, ang anumang malakas na tunog ay nakakatakot sa kanya. Nanginginig siya at isinasara niya ang sarili. Hinahanap niya, at hinihiyaw niya, "Kahon!"

Iniwan nila ito roon, sa sulok. Hanggang sa sinabi ng mga tao sa Sydney na hindi siya gagaling hangga't hindi ito winawasak.

Tinulungan niya silang gawin iyon, gamit ang martilyong halos kasinglaki niya. Nang ito'y mabasag nang pira-piraso, umikot pabalik sa ulo ang kanyang mga mata at nawala siya. Lumayo. Sa isang lugar sa kanyang isipan. Hindi na maabot.

Walang nakakaalam kung sino siya. O kung kanino siya pag-aari. Anong klaseng mga magulang ang magkukulong ng kanilang anak sa isang kahon, na parang hayop?

Gayunpaman, hindi siya pinagutom. Hindi naman sa pagkain. At hindi rin siya na-dehydrate.

Ibig sabihin, may tao sa malapit. Naghintay sila, mga ranger, mga opisyal na bumalik sila – pero hindi sila bumalik. Kaya, malamang alam nilang wala na ang kahon sa loob ng kahon.

Isang pangkat ng mga psychologist ang naglagay ng mga kamera sa bahay, para mapanood nila ang batang lalaki nang malayuan mula sa Sydney.

Ang iba, mula sa iba't ibang panig ng mundo ay gustong makisali sa pagmamasid sa batang lalaki. May ilan na nagsusulat ng mga disertasyon tungkol sa pang-aabuso sa bata, tungkol sa pagpapabaya. Pinilit nilang makapasok sa tuktok ng listahan.

Ang batang lalaki ay paurong-pauna nang hindi man lang nagsalita. "Box!" lang ang tanging sinabi niya. Pero alam niya ang nangyayari. Naririnig niya silang nagbubulungan. Mga milyonaryo na gustong ampunin siya. Hindi siya pupunta kahit saan. Mananatili siya rito. Ito ang kaniyang tahanan.

Ang batang lalaki, na hindi pa kailanman nakatulog sa kama noon – o kung nakatulog man, ay hindi na niya maalala – ay ayaw ngayong matulog sa isa. Sa halip, binalot niya ang sarili niya na parang bola at natulog sa sulok sa sahig. May gamit siya para sa unan at kumot na iniwan nila para sa kanya. Ang mga luho na iyon ay hindi nila nahawakan.

Habang pinag-iisipan nila kung ano ang gagawin sa kanya, isang Madre ang itinalaga. Sa Australia, tinatawag ding Nurses ang mga Madre. Sa ilang pagkakataon, ang isang Madre ay madre rin (isang Madre). Gayundin, ang isang Madre na nars ay maaaring maging kapatid na lalaki. Kung ang nasabing Madre/Nars ay lalaki.

Ang Madre/Nars ng batang lalaki ay isang mabait na babae, na laging nakabun ang buhok. Nagsusuot siya ng puting uniporme na may katugmang sapatos na umiingay sa bawat hakbang niya.

Nang unang beses na sinubukan niyang ibalot sa kanya ang kumot, sumigaw siya na para bang inatake siya ng isang galit na ulap.

"Tahimik lang, tahimik lang," sabi ni Sister. Nanginig siya, saka itinaas ang kumot. Ipinatong niya ito sa kanyang mga balikat, at namangha ang batang lalaki.

"Malambot ito," sabi niya.

Humugpit siya rito. Inamoy niya ito.

"Napakalambot at napakainit nito," wika niya nang may lambing.

Inabot ng bata ang gilid ng kumot. Hinaplos-haplos niya ito, na para bang nasa tupa pa ito kung saan ito nanggaling.

"Gusto mo ba ito?" tanong ni Sister.

Hindi siya pumayag sa loob ng dalawang araw, saka niya hinayaan si Sister na isuot ito sa kanyang balikat. Pagkatapos noon, nakatulog siya kasama ito, na para bang ito ay isang buhay na nilalang. Inalagaan niya ito na parang sanggol, binubulungan. Sa huli, nakaramdam siya ng ginhawa mula rito at hindi niya pinayagang kunin o hugasan ito ng Madre.

Noong ika-apat na umaga ng kalayaan ng batang lalaki, nagsimulang magtipon ang mga hayop sa labas sa harapang damuhan ng ari-arian. Una, dumating ang isang babaeng kanggaro. Tumalon siya hanggang sa paanan ng baitang ng beranda, pagkatapos ay umupo siya sa kanyang mga hulma at pinanood ang pinto.

Sumunod, dumating ang isang emu at ginawa rin ang pareho. Pagkatapos ay dumating ang isang magpie, isang cockatoo at isang galah. Nag-uunahan ang mga ibon sa pag-awit at tila tinatawag nila ang batang lalaki na lumabas. Dati, hindi siya interesado na buksan ang pinto o lumabas nito. Gayunpaman, nang makita niya ang mga hayop at ibon, lumabas siya nang walang pag-aatubili upang salubungin sila.

Pinanood siya ni Sister mula sa likod ng pintuan na may screen. Hindi siya mahilig sa mga aso, pusa, o ibon – sa katunayan, natatakot siya sa mga ito – ngunit ang mga ligaw na hayop na ito ay labis niyang kinatatakutan. Lumalabas siya kung kinakailangan. Umaasa siyang magpapadala sila ng tao para tulungan siya agad.

Tumayo ang batang lalaki sa beranda at huminga ng hangin. Ibinuka niya nang malapad ang kanyang mga braso, mas malapad pa, pagkatapos ay pinuno niya ng hangin mula sa labas ang kanyang mga baga. Inhawa niya ito nang sabik.

Ang Madre na sana'y siya ang sariling anak, ay pinanood ang pag-angat ng kanyang dibdib sa maliit niyang pangangatawan.

Nangyari nga.

Nagsimulang umangat ang batang lalaki, na para bang lobo siyang lumilipad, pero hindi siya lobo, at wala siyang tali – isa siyang batang lalaki.

Tumakbo palabas ang Madre. Mahal niya siya – at papalayo na siya. Sa likuran niya, bumagsak nang malakas ang Pintuan na may screen.

"HUGOD!" sigaw niya, iniunat ang mga kamay na kumakapit.

Habang dumadulas palayo ang batang lalaki. Umangat ang maliliit niyang paa. Dinadala siya palabas, nang mas malayo. Habang dinadala siya ng tatlong ibon, nang paulit-ulit.

Kumapit siya, ngunit masyado nang malayo ang bata. Kaya naman, pinanood niya, habang itinaas ng isang inang kanggaro ang kanyang mga mata.

At bumaba ang batang lalaki sa balikat ng ina. Nakaupo siya sa itaas, nakapulupot ang kanyang mga braso sa leeg ng ina, at tumakbo na ito. Kasabay nila, nakasabay sa bilis ang isang emu.

Ang babae, na hindi na alam ang gagawin – ay tumakbo papasok para kunin ang susi ng kotse niya. Pinaandar niya ang makina at sinundan ang batang lalaki, hanggang sa hindi na niya siya makita.

Ang batang minsang nanirahan sa kahon, ay dinala palabas ng mundong pantao. Pumasok siya sa mundong ang mga hayop ay inaalagaan ang sarili nilang mga kapwa. At ang batang ito, ay isa sa kanila. Siya ay pamilya.

At ang bata ay kumanta ng mga awit, sa mga tinig na alam niya mula sa kaibuturan ng kanyang pagkatao. At siya ay tumawa nang malakas at natuwa, habang siya ay dinadala, sa lugar sa kanyang puso. Ang lugar kung saan siya ay naging, ang kanyang tunay na pagkatao.

KABANATA 14

ISANG MALUNGKOT NA BATANG LALAKI

Sa ipinagbabawal na gubat ng Hapon, may umalingawngaw na iyak ng bata. Nag-tipon ang mga ibon, sumabay sa awit, at lalo pang pinatatag ang panawagan ng nag-iisang batang lalaki para sa tulong. Dumating ang isang kuwago, at natakot ang iba pang ibon kaya't lumayas sila. Umupo ito sa malapit, nagbabantay at naghihintay.

May umalingawngaw na alarma ng kotse. Pinatahimik ng malakas nitong tunog ang mga iyak ng bata. Nasa isang upuan para sa sanggol siya. Isa na dati ay nasa likurang upuan ng kotse.

"Klik, klik," at tumigil ang alarmang pang-kotse, nang sapat para marinig ng drayber ang mahihinang pag-iyak ng bata. Siya at ang kanyang asawa ay nagmadaling pumasok sa gubat, kung saan nila nahanap ang batang natakot at nag-iisa. Sama-sama nilang pinakalma ang bata.

Ilang waxwing ang nanatili, nanonood. Sinusuri ang sitwasyon. Inuga nila ang kanilang mga balahibo, at nag-tsi-tsi. Parang nagre-report sila nang live sa pagliligtas sa bata.

Hinubad ng babae ang sinturon ng bata. Mahigpit niya siyang niyakap at tinanong ng mga tanong na masyado pang bata para sagutin. Mga tanong tulad ng, "Nasa'n ang Haha mo, Ko? Nasa'n ang Otosan mo?" (Salin: Nasa'n ang nanay mo, bata? Nasa'n ang tatay mo?")

Siniyasat ng kanyang asawa ang paligid. Sumigaw siya. Nang walang sumagot, naghanap siya ng mga palatandaan. Bakas ng paa ng matatanda. Wala siyang nakita.

"Walang bakas ng paa," sabi niya, habang nangingiling ang ulo sa hindi kapanipaniwala. Para sa kanya, hindi ang gubat ang paborito niyang lugar. Mas gusto niya ang mga lungsod at ingay. Siya ang aksidenteng nag-udyok ng alarmang kotse. Inaasahan niyang gusto ng kanyang asawa na umalis. Nangako siya rito ng tanghalian sa paborito nitong restawran. Doon niya narinig ang bata at tumakbo papasok sa gubat.

Sinundan niya ang kanyang asawa, para sa kaligtasan nito. Sa lungsod, iniiwasan nila ang mga lugar kung saan maaaring nagkukubli ang mga mandaragit. Inilalagay sa panganib ang mga taong walang kamalay-malay at mapagkakatiwalaan – tulad ng kanyang asawa.

Ang gubat, ang partikular na gubat na ito, ay buhay sa tunog. Buhay, sa liwanag. At ang bata, hindi nila maaaring iwan ang bata.

"Tara na," sabi niya. "Dadalhin natin siya sa ospital, para masiguro na ayos lang siya at maaari nilang i-check sa pulisya kung kanino siya nagmula."

Mahigpit niyang hinawakan ang bata sa kanyang dibdib, hinahaplos ang kanyang likod, tulad ng ginagawa ng isang ina sa sariling anak. Sa isip niya, ganoon lang siya, ang kanyang anak. Ang anak na hindi niya kailanman nagawang ipanganak, ang tumawag sa kanya at siya ay pumasok sa ipinagbabawal na gubat at kinuha niya ito.

"Akin siya," sabi niya, unang matapang, saka mas mahinahon, "Ibig kong sabihin, sa atin siya. Ang ating sanggol. Ang anak na matagal mo nang pinangarap."

Tiningnan ng kanyang asawa ang batang lalaki. Kailangan niya sila. At masyado siyang maliit, masyadong bata para maalala ang anumang nanguna rito. Tiwala na siya sa kanila. Walang makakaalam, naisip niya. Ngunit, tama nga bang kunin ang batang ito, bilang sarili nilang anak?

"Walang makakaalam," sabi ng kanyang asawa, na para bang binabasa nito ang kanyang iniisip.

Madalas itong mangyari, pagkatapos ng labindalawang taon nilang magkasama. Magkapareho ang iniisip nila. Sabay silang nagsasalita. Natatapos nila ang sinasabi ng isa't isa.

Sila ay isang mapagmahal at matatag na mag-asawa. Marami silang maibibigay sa isang anak. Ngunit, hindi sila binigyan ng kapalaran ng sarili nilang anak.

Inaabot niya ang bata sa kanyang asawa at naghintay.Nakita ng mga ibon sa itaas kung paano nanginginig ang kanyang mga braso. Kumanta sila nang malakas, hinihikayat siyang kunin ang bata. Tinutulungan siyang magpasya na sa kanila na ang bata.

Matagal na niyang inaangkin ang bata sa kanyang puso at kaluluwa. Ganoon din ang kanyang asawa, ngunit nag-aalangan siya dahil sa kasakiman nito. Gusto niyang gawin ang tama, hindi ang makasarili.

"Gusto mo bang sumama at manirahan sa amin?" tanong niya sa bata.

Bagaman hindi siya sumagot, naglakad na silang tatlo pabalik sa paradahan. Inilagay nila ang batang lalaki sa gitna ng likurang upuan, malayo sa mga airbag.

Tumango ang mga ibon at ang kuwago, pagkatapos ay lumipad sila pabalik sa gubat.

KABANATA 15
ISANG BABAE

Ugoy-ugoy ang isang matandang babae sa kanyang silya, paurong at paabante, paurong, at paabante. Ang kanyang mga alaala ay pabagu-bago, parang ulap. Madalas na hindi maabot.

Pumapasok na ang kalituhan. Malapit na nitong palitan ang lahat sa kanyang isipan ng kawalan.

Hindi pinipili ng demensya ang mga biktima nito ayon sa gusto o pangangailangan ng maysakit. Ang layunin nito - magdulot ng kalituhan. Maghiwalay. Magbura.

Hinarap niya ito, hanggang sa isang araw na nagulo ang lahat.

Ganyan na ang tawag niya rito ngayon, nagulo ang lahat. O T/T na lang para maiikli. Ang dati niyang kalagayan ay masama na, lalo pang lumalala. Pero ang pagiging magulo ng lahat ay nangangahulugang hindi siya baliw at higit pa rito, nangangahulugan itong hindi siya nag-iisa – hindi na.

Sa isip niya, nakikita niya ang lahat. Minsan nangyayari ito nang mabagal, na para bang pinindot niya ang isang button sa remote. Minsan, paulit-ulit na tumutugtog ang mga eksena, paatras, pasulong, paikot-ikot. Minsan naman, nasa gitna siya ng mga nangyayari, nanonood nang personal na parang isang mamamahayag.

Nang unang nangyari iyon, natakot siyang masaktan o mapatay. Nakakita na siya ng ilang nakakakilabot na bagay. Ngunit nang napagtanto niya na hindi siya nakikita o naririnig ng mga nasa paligid niya, saka siya nakahinga nang maluwag. Maliban sa mga arkanghel, alam nilang nariyan siya, pero hindi nila ipinababatid ang kanyang presensya sa iba.

Katulad noong lumipad ang isip niya papuntang Netherlands. Nakapag-ayos na siya, pinagmamasdan ang munting batang babae. Sumigaw siya nang mawalan ng paningin ang bata. Pakiramdam niya'y walang magawa, dahil wala siyang magawa kundi manood. Nagbago rin iyon, sa paglipas ng panahon.

Pagkatapos ay naging magkaibigan sina Lia at E-Z, at nadagdag sa kanilang samahan si Alfred na lakas. Pinanood niya sila, nakikinig. Pakiramdam niya ay isang hindi nakikita at hindi naririnig na miyembro ng kanilang koponan. Pinanood niya silang nagtutulungan at lumalago bilang matalik na magkaibigan.

Nang bigla, kinausap niya si Lia sa isip, at sumagot ang batang babae. Isang ganap na bagong mundo ang nabuksan para kay Rosalie.

Sa simula, medyo limitado ang kanilang pag-uusap. Kahit na malaki ang agwat ng kanilang edad, may ilang bagay silang pagkakapareho. Tulad ng pagmamahal nila sa ballet.

Dahil binago ng mga arkanghel ang mga patakaran, mas lalo pang binantayan ni Rosalie ang Tatlo. Gayunpaman, hindi sapat ang mga palitan na ito para hamunin ang kanyang isipan, para manatiling abala ang kanyang isipan.

Doon natuklasan ni Rosalie Ang iba. Mga bata, na may natatanging kakayahan sa iba't ibang bahagi ng mundo – at nakakapag-usap siya sa kanila.

Una si Brandy, isang tinedyer na nakatira sa USA. Pagkatapos ay may komunikasyon mula kay Lachie, na kilala rin bilang Ang batang lalaki sa kahon. Pangatlo ngunit hindi huli, si Haruto, na nakatira sa Japan. Si Haruto ang bunsong lahat. Pareho silang tatlo na may kakayahan. At siya lang ang nag-uugnay sa kanila.

Sa ngayon, pinanatili ni Lia ang koneksyon niya kina Alfred at E-Z, ngunit malapit na niyang kailanganin na ikwento sa kanila ang tungkol sa iba pa.

Nanginig si Rosalie nang dumating ang mga tagapag-alaga dala ang kanyang pagkain. Pulang jelly. Paborito niya. Kinuha niya ang una matapos maglagay ng kaunting cream dito. Cream na dapat sana ay napunta sa kanyang kape.

Sa isip niya, pinasalamatan niya ang batang babaeng nagdala ng pagkain, dahil hindi makapagsalita si Rosalie. Hindi siya makapagsalita. Ang tanging paraan niya ng pakikipag-ugnayan ay sa kanyang isip...Hindi naman tamang gawin na tawagin ang Tatlo para bumisita sa kanya sa Tahanan ng mga Nakatatanda. Sa ngayon, hahayaan niya si Lia na itago siya, at kukuha siya ng tala tungkol kina Brandy, Lachie, at Haruto at ilalagay niya ito sa isang libro.

Kailangan niyang itago ito sa mga arkanghel. Magtitatago siya ng lihim na talaan. Hindi niya hahayaan na mawala sa kanya ang mga batang ito, kahit ano pa man ang mangyari.

"OH!" ang sigaw niya, habang iniaabot ang kamay sa itaas na drawer ng maliit na mesa sa tabi ng kama niya. Naalala niya ang isang regalo. Isang kuwaderno, Nakasulat sa harapan, "Maligayang Kaarawan!"

Gumiray-giray siya sa unang ilang pahina. Walang tunay na salita, hanggang sa narating niya ang ikalabing-tatlong pahina. Ang labing-tatlo ay palaging masuwerteng numero para sa kanya, sinimulan niyang isulat ang tungkol kina Brandy, Haruto at Lachie. Napakarami niyang maisusulat. Nang sumakit ang kamay niya, tumigil siya, pinakintab-kintab ito sandali, pagkatapos ay bumalik agad sa pagsusulat.

Nagtaka si Rosalie kung may iba pang mga bata bukod sa tatlong bago. Kung maghihintay siya ng sandali, baka magsalita rin sila sa kanya. Mas mabuting sabihin ang kanyang lihim kapag nailahad na ng lahat ng mga bata ang kanilang mga sarili.

Maingat si Rosalie na hindi isulat ang "Lihim" o "Pribado" sa labas ng libro. At natuwa siya na hindi ito may kasamang susi. Ang tatlong iyon ay magpapagusto sa kahit sino mang makakita sa kuwaderno na basahin ito. Magiging mausisa sila, na parang pusa. Marami ang kasing-edad niya na mausisa. Pero ayaw na nilang magbasa pag nakita nila ang unang labing-tatlong pahina na magulo ang sulat.

Binaliktad niya hanggang sa dulo ng libro. Puno pa ng mas magulong sulat-kamay ang huling labintatlong pahina na isinulat ni Rosalie. Pagkatapos ay ibinalik niya ang libro at ang mga panulat sa drawer at isinara ito.

Ngumiti siya, sumandal sa unan, at inilapag ang braso habang iniisip ang hapunan. Karamihan ay panghimagas.

KABANATA 16
SAAN KA TATAYO?

May isang mundo tayo na ginagalawan, isang mundong puno ng mabubuti at masasamang tao. Isang mundong pinamumunuan ng mga taong may kapintasan at hindi perpekto. Mga taong hindi robot... Hindi naka-programa para maging mabuti o masama.

Natututo tayo sa ating buhay mula sa ating nakikita, napapansin, itinuturo sa atin, at sa ating kinahuhumalingan.

Natututo tayo mula sa mga pundasyong inilatag para sa atin. Habang tayo'y lumalaki at lumalawak ang ating pananaw, kailangang gumawa ng mga pagpili.

Nasa atin kung paano gamitin ang kaalamang natutunan. Upang pumili sa pagitan ng mali at tama.

Sa paglipas ng panahon, nalinlang ang mga dakilang tao. Mga dakila at makapangyarihang tao. Pati na ang mga matatanda.Minsan madali ang magpasya. Walang kulay-abo.

Minsan may mga puwersang wala sa ating kontrol na namumuno sa atin. May iba namang nagtutulak sa atin na sundin ang kanilang pamantayan ng etika. Minsan may mga hindi inaasahang elemento.

Sabihin nating nasa isang daan tayo, at may naglagay ng hadlang. Maaari nating ito tanggalin o huminto at maghintay na tanggalin ito ng taong naglagay. Maaari tayong pumili.

Ang buhay ay tungkol sa mga pagpipilian. Ang mga pagpipiliang ginagawa natin ang maaaring magtakda ng ating kinabukasan. Sinusunod natin ang daang iyon, na ang mga ladrilyo ay inilatag mula sa ating mga mabubuting desisyon.

O kaya ay maaari nating hayaang maligaw tayo. Naloko. Napaniwala na lumaban sa alam nating totoo.

Kapag nangyari iyon, maaaring bumagsak ang lahat – na parang domino.

At magkakaroon ng kahihinatnan ang ating mga ginawa – o ang hindi natin ginawa. Hindi lang para sa ating sarili. Ang ginagawa natin, naaapektuhan nito ang iba.

At sa huli, pagkatapos nating mamatay, mahihigpit tayong mahahawakan sa mga bisig ng ating mga Tagahuli ng Kaluluwa.

Ang mga Furya – ang tatlong masamang diyosa ng paghihiganti – ay kinokontrol ang mga tagahuli ng kaluluwa.

Naaagaw ang mga Tagahuli ng Kaluluwa.

Ang mga kaluluwa ay lumilipad-lipad na walang tahanan.

Mga Kaluluwang Walang Tahanan.

May kaguluhan sa abot-tanaw.

Saan ka tatayo?

KABANATA 17

ROSALIE SA PUTING SILID

Bumukas si Rosalie ng kanyang mga mata. Oras na ng pagkain at humiling siya ng tray para sa almusal. Ang silid niya ay nasa daan papunta sa kanakanan. Kapag dinadala nila roon ang pagkain, naaamoy niya ang bacon. Napapaisip-isip siya. At ang kape. Inantay niya ang kanyang turno. Wala siyang magagawa kundi maghintay ng kanyang turno.

Alam niya na mas gusto nilang pakainin ang mga residente sa kanakanan. Naiintindihan niya ang pangangailangang sundin ang iskedyul. Gayunpaman, alam niyang darating din ang oras nila para sa kanya – sa huli. Ganoon talaga sa retirement home na tinitirhan niya.

Pinanood niya ang isang cardinal sa punong nasa labas ng bintana niya at naisipang bumangon para mas makita itong malapitan. Ngunit nang itabi niya ang kumot, at tumapak siya sa karpet – kakaiba ang pakiramdam niya. Mawawala ang malay.

At napadpad siya sa Puting Silid.

Walang nagbago mula nang narito si E-Z. At hindi nagtagal, nakatayo na si Rosalie at nagsimulang maglibot.

Habang hinahaplos niya ng kanyang mga daliri ang mga estante ng libro, nakaramdam siya ng déjà vu. Nakapasok na ba siya sa silid na ito dati?

Lumipat siya sa gitna ng silid, at lumingon-lingon. Ang mga estante ng libro ay tila walang katapusan. Hanggang sa nasasakupan ng paningin. Ang taas nila ay nagpaliyo sa kanya kaya gustong-gusto na niyang umupo at huminga ng malalim.

BINGO

May lumitaw na komportableng upuan, at agad siyang umupo rito. Sumandal siya, at nang mapagtanto niyang may gulong ito at umiikot, pini-ikot niya ito. At pini-ikot pa. Pagkatapos ay pinikit niya ang kanyang mga mata at nagpahinga. Buti na lang at hindi pa siya nag-almusal dahil medyo masama ang kanyang pakiramdam sa tiyan nang may gumalaw sa itaas niya.

O baka inisip niya lang.

"Nandiyan ka!" sigaw niya, habang itinuturo ang wala at walang sinuman. "Nakita kitang gumalaw, ikaw, ikaw munting... ano ka man, lumabas ka, lumabas ka," ang pangungumbinsi niya.

Nang magpasya siyang naisip niya lang iyon, bumalik siya sa pagsisiyasat sa kanyang paligid. At iniisip kung paano siya napadpad sa lugar na ito.

"Nasa kwarto na ba ako uli, iniisip ko lang na nandito ako sa lugar na ito?" Ginamit niya ang kuko para ukitin ang mga braso ng silya. Pinanood niya kung paano nag-iwan ng gasgas ang mga ito sa balat ng silya. Magagaan lang ang mga gasgas, sapat na para matanggal sa kaunting pag-kuskos. Pagkatapos ng lahat, bisita siya, at dapat palaging inaalagaan ng mga bisita ang lugar na kanilang binibisita. Kung hindi, hindi na sila aanyayahang bumalik.

Sa itaas niya, may gumalaw muli. Sa pagkakataong ito, sinabayan ito ng tunog ng pakpak na pumapaspas. May ibon bang naipit doon, na hindi makalabas?

"Pupunta na ako, munting ibon," sabi niya, habang tumatayo at naglalakad patungo sa hagdan.

Ang estrukturang kahoy, na para bang nababasa ang isip niya, ay umikot sa sahig at huminto sa paanan niya.

"Sumakay ka na!" sabi nito.

Ginawa nga ni Rosalie iyon, at nang ito'y kumilos, doon niya lang napagtanto na nakausap pala niya ang bagay.

"Uh, salamat," sabi niya nang huminto ito.

"Walang anuman," sabi ng hagdan. "May partikular ka bang librong hinahanap?"

Tumawa si Rosalie. "Akala ko kasi may narinig akong ibon. Shhhh."

Tumawa ang hagdan. "Walang ibon dito, Ginang. Ang tunog na naririnig ninyo ay nagmumula sa mga libro."

"Mga librong may pakpak?"

"Oo," sagot ng hagdan. Pagkatapos, "Ikaw d'yan! Halika rito!"

Pinanood ni Rosalie habang isang makapal na itim na libro ang tumutulak sa sarili papunta sa gilid ng estante. Pagkatapos, tumubo ang mga pakpak mula sa harapan at likuran nito. Lumipad ito pababa at lumapag sa mga kamay ni Rosalie.

"Naku!" sabi niya, habang tinitingnan ang gulugod nito. "Sa tingin ko nabasa ko na 'to."

DWOING.

Biglang kumalas ang libro mula sa mga kamay niya at bumalik sa dati nitong puwesto sa estante.

"Pasensya na," sabi ni Rosalie. Pagkatapos, sa hagdan, "Sana hindi ko na-offend si Ginoong Dickens."

"Kung tapos ka na sa akin ngayon," sabi ng hagdan, "pwede bang imungkahi na bumaba ka na?"

"Pasensya na at nasayang ko ang oras mo," sabi niya.

"Hindi naman. Masaya akong makatulong."

Bumaba si Rosalie at mabilis na lumipat ang hagdan sa kabilang bahagi ng silid.

Dinama ni Rosalie ang kanyang noo, hindi siya may lagnat. Siguradong bumaba nang husto ang asukal sa dugo niya. At ngayon, hindi siya makakakain nang ilang oras pa. At tatakawin ni Agnes Lindsay ang almusal niya. Sasalikutin nito ang silid niya at uubusin ang lahat ng pagkain. Pagbalik ng mga tagapag-alaga para kunin ang tray, iisipin nilang siya ang kumain. Magkaaway na magkaaway sina Rosalie at Agnes.

Para mawala ang iniisip niya sa rumbling na tiyan, nagpokus si Rosalie sa mga libro. Isang libro lalo na. Isang librong gustong-gusto niyang basahin nang paulit-ulit noong bata pa siya. Ang pamagat nito ay Anne of Green Gables ni, ni...Hindi niya maalala ang pangalan ng may-akda.

"Lucy Maud Montgomery," sabi ng hagdan, habang mabilis itong lumapit sa kanya. "Talon isa," sabi nito.

"Ah, salamat sa alok pero masyado akong nagugutom, at baka masyado akong nahihilo para umakyat sa'yo."

"Umupo ka," sabi ng hagdan, "Diyan sa kabila." Pagkatapos ay umhilo ang hagdan at sa itaas ng mga istante, isang libro ang gumalaw pasulong. Tumubo ang mga pakpak nito sa harapan at likuran, at lumipad papunta sa mga kamay ni Rosalie. Yakapin niya ito sa kanyang dibdib.

"Salamat," sabi niya. "Iyon na ba lahat?" tanong ng hagdan.

"Oo, maliban na lang kung may ekstrang salamin sa pagbabasa kayong nakatago sa silid na ito."

BINGO.

Lumitaw ang kanyang salamin at umupo nang tuwid sa kanyang ilong.

Bumalik ang hagdan sa dati nitong kinalalagyan.

Sumakit ang bukung-bukong ni Rosalie.

BINGO.

May biglang tumindig sa ilalim ng kanyang mga paa.

Binuksan niya ang libro. Sa loob ay may esketsa ng taong pinangalanang Anne Shirley. Pinaandar niya ang kanyang daliri sa kahabaan ng balangkas ng pulang buhok ng batang ulila.

Kumindat si Anne kay Rosalie. Na kumurap, saka ngumiti bilang tugon. Nakarinig na siya ng tungkol sa mga interaktibong libro dati, pero ito ang pinaka-astig!

Sa nanginginig na mga kamay, binuklat niya ang mapa ng Canada, Sinundan ng kanyang mga mata ang mga pana na papunta sa Prince Edward Island. Sa kanyang isipan, tinahak niya ang distansya – hanggang sa makarating siya sa Green Gables. Nasa labas ng bahay ang mga Cuthbert. Naghihintay kay Anne.

Binaliktad niya ang pahina at nagsimulang magbasa. Tumatawa sa bawat kapahamakan na pinapasok ni Anne sa sarili.

Biglang kumalampag ang tiyan ni Rosalie, at nanaisin niya ang isang bagay na hindi pang-almusal. Isang Jell-o Salad. Isang bagay na dati niyang inihahanda ang kanyang ina tuwing espesyal na okasyon noong bata pa siya. Ang paborito niyang bahagi ay ang whipped cream sa ibabaw.

BINGO.

Nandoon sa harap niya ang isang Jell-o Salad na parang bahagi ng bahaghari na may patong na whipped cream sa ibabaw. Naalala niya ang kutsara at

BINGO.

May lumitaw nga. Pero naalala niya na sasawayin siya ng kanyang nanay at tatay kung mauuna niyang kainin ang panghimagas. Naalala niya ang mga patatas. Mainit-init na may natutunaw na mantikilya sa ibabaw. Ay, at pati na rin ang meatloaf na may ke-tsap. At ang gisantes na kakapitas lang mula sa hardin.

BINGO.

Sa harap niya ay isang malaking mangkok ng patatas. Natunaw ang mantikilya sa gilid nito. Isang obra maestra ito. Halos sayang itong kainin sa ganda.

Sa tabi nito ay isang parisukat ng meatloaf na may patak ng ke-tsap sa ibabaw.

At sa isang hiwalay na mangkok, gisantes. Na may sanga ng mint sa ibabaw.Ngumiti siya. Noong bata pa siya, ayaw niyang magdikit ang mga pagkain niya. Sa silid na ito, alam ng chef ang gusto niya.

Ngunit nakalimutan ng chef na ibigay ang kanyang mga gamit sa pagkain. Na-imagine niya ang isang kutsilyo at tinidor.

BINGO.

Dumating din ang mga iyon. Kumain siya nang malusog. Maingat para hindi masira ang Anne of Green Gables. Nang maramdaman ng libro na kailangan itong protektahan, lumipad ito pataas at lumutang sa hangin kung saan madaling maabot ni Rosalie.

Kinuha ni Rosalie ang lahat pati na ang Jell-o Salad, na nanginginig sa kutsara.

Nang siya ay tapos na

BINGO

nawala ang mga pinggan, kubyertos, at iba pa.

Pagkatapos ng ilang sandaling pasasalamat sa pagkaing ibinigay sa kanya, tumingin siya sa aklat.

Lumipad ito papunta sa kanya, at ipinagpatuloy niya ang pagbabasa.

Nagbabasa at naghihintay.

Ano, o sino ang hinihintay niya – hindi niya alam.

KABANATA 18

CHARLES DICKENS

Sa lungsod ng London, Inglatera, may nahulog na metal na lalagyan mula sa langit.

Ang lalagyan mismo ay hindi mahaba, o parang silo. Sa katunayan, ang pinakamalapit na bagay na kahawig nito ay isang kapsula. Ang pagkakaiba ay ang bagay na ito ay hugis parisukat at walang bintana. Sa halip na bintana, ito ay may salamin sa lahat ng panig. At dahil patag ito nang tumama sa tubig, dumulas ito nang may napakalakas na puwersa. Lumapag ito sa pampang ng Ilog Thames.

Pinanood ang lahat ng ito ng dalawang tagahanap ng metal na sina John at Paul. Pareho silang nasa kanilang tatlumpung taon. Kumikita sila mula sa kita ng pag-detect. Kaya naman, itinuturing silang mga Propesyonal na Detektoryista.

Nag-iiba-iba ang oras ng mga Detektoryista. Sarili nilang amo ang sarili at responsable sa pagpapanatili at pamamahala ng kanilang mga kagamitan.

Ang isang Detektoryista ay nangangailangan ng maraming kagamitan. Ayaw niyang maghukay nang hindi handa. Karamihan sa kanila ay may dalang kahon ng gamit saan man sila magpunta. Nasa loob nito ang mahahalagang gamit. Ilan lamang sa mga ito ang: headphone, takip sa ulan, harness, mga gamit sa paghuhukay, trowel, sinturon na may mga gamit, apron (na may bulsa), bag na hindi tinatablan ng tubig, backpack, at bag para sa basura.

Karamihan sa mga paghuhukay nina John at Paul ay sa London, sa Ilog Thames. Ayon sa hinihingi ng batas, may dala silang Standard at Mudlark permit. Ang mga ito ay ipinagkakaloob ng Puerto ng London Awtoridad.

Pinapayagan sila ng permit na maghukay nang hanggang 7.5 cm ang lalim kung kinakailangan (kinakailangan ang hagdan kahit balak mong maghukay o hindi.)

Sa kaso ng hugis-kwadradong bagay – na nahulog sa harap nila – kailangan munang pag-isipan ito. Bago nila ito kunin at i-claim.

"Gusto mong silipin nang malapitan?" tanong ni Paul.Tumango si John, na bihirang magsalita.

Nagpatuloy silang naglakad pasulong, may hawak na mga kagamitan. Ang kanilang mga wellington boots ay pumipisak at pumupusyaw, na nagtutulak ng putik at tubig sa bawat hakbang.

Madalas na napakamarumi ng pampang ng ilog pagkatapos ng ilang araw ng tuluy-tuloy na pag-ulan.

"Aangkinin ko!" sabi ni Paul.

"Sige," sabi ni John.

Bagaman sabay nilang nakita, alam niyang inaangkin din iyon ni John para sa sarili niya. Magkasosyo sila, ganoon na sila noon pa man at walang makakapagbago niyan.

Nagpatuloy silang naglakad hanggang marating nila ito. Para itong parisukat na bola-salamin at nang subukan nilang suriin ito, ang nakita lang nila ay ang kanilang mga repleksyon.

"Kailangan kong magpagupit," sabi ni John.

Tumawa nang malakas si Paul habang hinahaplos niya ang gilid nito gamit ang dulo ng kanyang bota. "Dapat may paraan para mabuksan ito," sabi niya.

"Masyado itong malaki para igulong natin," sabi ni John, habang inilalabas niya ang metro mula sa kanyang bulsa at sinukat ang taas ng isang gilid. Ipinakita niya kay Paul ang resulta, na nakasulat 60 sentimetro.

Naglakad-lakad sila sa paligid ng bagay. Tumatigil para tapikin paminsan-minsan. Maingat na huwag mag-iwan ng maduming fingerprint sa salaming bagay. Ngunit umaasang matatapik nila ang isang lihim na pindutan at bigla itong mabubuksan.

At nakikinig. Upang matiyak na hindi ito tumitiktik.

"Siguro dapat natin itong dalhin sa museo o iulat ang ating natuklasan?" mungkahi ni Paul. "Magpapadala sila ng trak, o crane para kunin at dalhin ito. Pagkatapos silipin ito pangkat ng squad."

Umiling si John.

"Kung ipapadala nila ang bomb squad, papatalsikin nila ito. Bubuwal ang mga piraso ng salamin kahit saan, at mawawala ang patotoo natin."

"Tama, tama," sabi ni Paul. "Talagang mahilig silang magpabomba ng mga bagay. Ibig kong sabihin, iyon naman ang isang benepisyo, hindi ba?"

"Sa tingin ko nga. Ano'ng gagawin natin ngayon? Hindi ito tumitiktik. Ligtas tayo doon."

"Oo. Hindi na kailangan ang squad," sabi ni Paul. Lumibot siya sa paligid ng bagay, nakahawak sa likod. Ito ang kanyang paglalakad habang nag-iisip. Sumunod si John sa likuran niya, tinutugma ang mga hakbang, nakahawak din sa likod.

Sabi ni Paul, "Kailangan nating alamin kung ano ito at kung gaano na ito katanda. May mga partikular na bagay lang tayo na puwedeng i-claim ayon sa Batas ng Ingatang-yaman ng 1996. Hindi ito mukhang ginto o pilak at tiyak na hindi ito mukhang mahigit tatlong daang taong gulang. Maaaring sa atin lang ang natuklasang ito, ibig sabihin, baka hindi na natin kailangang iulat ito sa ating lokal na FLO (Mga NatuklasanOpisyal na Tagapamagitan). Hindi talaga ginto o pilak," sabi ni John, habang tinatapik ang metal na bagay at nakikinig. Tulad ng kulay-loob ang tunog. Tinapik niya ito sa ilang bahagi at nakinig.

Sa itaas nila, lumitaw ang dalawang ilaw.Ang isa ay berde at ang isa naman ay dilaw.

Lumapag sila sa ibabaw ng bagay.

"Umalis nga kayo!" ani Paul.

"Nababaliw na ba tayo?" tanong ni John habang kinakamot ang ulo.

"Hindi ko sa tingin," sagot ni Paul.

Tumanggal ang mga ilaw at lumutang-lutang. Bumaba silang dalawa sa paanan ng lalagyan. Nang sila'y tumahimik, inangat ng mga ilaw ang lalagyan, at pinanatili itong nakatigil. Ilang segundo ang lumipas at nagsimulang umikot ito, dahan-dahan muna, saka bumibilis. Hindi nagtagal, umiikot na ito nang napakabilis. Habang umiikot, nagsimulang itong kumanta sa tinig na mataas.

Naluhod ang mga tagahanap ng metal at tinakpan ng kanilang mga kamay ang kanilang mga tenga. Kinilabutan ang kanilang mga katawan, na parang pagkahilo sa barko. At labis silang natakot.

"Ano'ng nangyayari?!" sigaw ni John. Sa tingin ko, magsisiloko na ang bagay na 'yan!" sagot ni Paul.

Habang bumabagsak ang lalagyan sa lupa, ito'y kumislap. Umuga. Nanginig. Nang bumuka nang maluwang ang kahon na may salamin, bumaba ang isang bahagi nito na parang tulay na ibinababa sa damuhan sa pampang ng ilog.

"Arrrggggggh!" sigaw ng mga tagahanap ng metal.

Nanatili silang nakatayo, nakamasid sa pagitan ng kanilang mga daliri. Wala na silang interes na kunin ang bagay. Wala na silang interes sa halaga nito.Lumabas ang isang batang lalaki.

"Bata pala," sabi ni Paul habang tumatayo.

Tumayo rin si John at inilagay ang mga kamay sa kanyang balakang.

"Sandali," sabi ni Paul. "Parang isa sa mga batang Oliver Twist ang suot niya."

"Muling isinilang ako," sigaw ng bata, itinangay ang kanyang sumbrero, at saka ibinalik sa ulo. Nag-unat siya, bumahing-arawan, at tiningnan ang kanyang paligid. "Tingnan mo, nandoon! Ang Gusali ng Parlamento. Nagbago na sila mula noong huli kong makita sila. At makinig ka," sabi niya nang tumunog ang orasan nang isang beses, dalawang beses, tatlong beses. "Bakit nila inilagay ang Dakilang Kampana sa kulungan?" tanong niya.

"Ano'ng ibig mong sabihin, kulungan? At tinatawag itong Big Ben," sabi ni Paul. "At bakit ka nakasuot nang ganyan? Dadalo ka ba sa isang party ng kasuotan?"

Hinaplos-haplos ng binata ang harap ng kanyang dyaket. Tiniyak niyang nakabutones nang maayos ang kanyang dyaket at nakababa nang buo ang mga manggas ng kanyang pantalon. Mas sanay siya sa pagsuot ng maiikling pantalon at palaging gustong umakyat ng mga mas mahahaba. Sa kanyang ulo ay may sumbrerong tinanggal niya bago siya muling nagsalita.

"Alam mo ba ang daan papuntang Portsmouth?" tanong niya. "Mag-aalala sina Nanay at Tatay sa akin."

Nagkatingin-tingin ang mga tagahanap ng metal, ngunit wala sa kanila ang nagsalita. Sa unang pagkakataon sa buhay nila, natameme sila.

"Aalis na ako," sabi ng batang lalaki, habang isinuot muli ang kanyang sumbrero.

POP.

POP.

Dumating sina Hadz at Reiki, at may humarang nang direkta sa harap ng mga mata ng batang lalaki.

"Charles Dickens, kailangan mong manatili kasama ang dalawang lalaking ito. Dadalhin ka nila kung saan ka kailangang pumunta. Kailangan kang makasama si E-Z."

"Ano'ng sabi nila?" tanong ni John, habang hinahaplos ang kanyang mga tenga. "Parang magiging baliw na ako."

"Sabi nila, siya si Charles Dickens. Si Charles Dickens! At dapat raw tayong tumulong sa kanya para makarating kay E-Z, kung sino man siya kapag nasa bahay siya," sagot ni Paul.

Si Charles Dickens. ANG si Charles Dickens. Na kilala rin bilang malayong kamag-anak nina E-Z at Sam... Iniyuko niya ang kanyang sumbrero sa dalawang nilalang na parang diwata.

"Minsan may libro akong may diwata sa pabalat ni Grimm. Kilala mo ba siya?" tanong niya.

Natawa nang mahina sina Hadz at Reiki, pagkatapos ay naglaho.

POP

POP.

Muling isinuot ni Charles Dickens ang kanyang sumbrero, "Papunta na ako sa Portsmouth." Nagsimulang maglakad siya.

"Hindi ka nga," sagot ng mga Detektoryista nang magkakasabay.

"Siyempre naman," sabi niya.

"Mahaba ang lakad papuntang Portsmouth," sabi ni John.

Sa likuran nila, nagsimulang umuga at kumalampag ang kubikong salamin. Pagkatapos ay nagsalita ito, "Ang cybus autem speculatam na ito ay sasabog sa loob ng 5, 4, 3, 2, 1, 0."

Yumuko ang mga tagahanap ng metal, tinakpan ng kanilang mga kamay ang kanilang mga ulo.

POOF.

At nawala na ito.

"Hay!" sabi ni Dickens. Pagkatapos ay tinuro niya ang Mata ng London. "Ano kaya iyon?" tanong niya.

Tumakbo ang mga tagahanap ng metal sa harap ni Charles. Sila ang nanguna at nililinis ang daanan. Parang dalawang tagapagtanggol sa football, pinanatili nilang ligtas si Charles. Iniiwasan ang mga bisikleta, mga taong naglalakad, at mga asong gala. Pinapatnubayan siya papunta sa ibang daan para maiwasan ang mga tram, taksi, at skuter.

"Tinatawag itong Mata ng London at makikita mo nang malayo-layo mula roon."

"Pwede ba tayong kumain na agad?" tanong ni Charles, habang hinahaplos ang kanyang tiyan.

"Bakit hindi ka muna dumaan sa amin para uminom ng tsaa," anyaya ni Paul. "Magaling gumawa ng tsaa ang nanay ko at baka magbigay pa siya ng isa o dalawang biskwit."

"Ayos sa akin," sabi ni Dickens. "Kung ganoon, kailangan ko nang umuwi. Mag-aalala si Nanay kung nasaan ako. Hindi ako dapat lumabas nang gabi, at kung titignan ang posisyon ng araw, sa tingin ko malalapit nang lumubog."

Nang papalapit sila sa Convent Gardens, napansin ni Dickens ang isang plake. "Tingnan mo rito," sabi niya. "Nakasulat dito ang pangalan ko."

Tumingin sina John at Paul kay Charles Dickens.

"Ano?" tanong niya.

"Ikaw ang magiging pinakasikat na manunulat na British sa lahat ng panahon," sabi ni John. "At si Oliver Twist ay isa sa iyong mga pinakasikat na tauhan."

"Ganun ba?" tanong ni Charles.

"Oo," sabi ni Paul. "At hindi ko naman sinasadyang mambastos, pero, alam mo, sikat din naman si William Shakespeare," sabi ni Paul.

"Isang manunulat ng dula si Shakespeare. Nagsulat ba ako ng mga dula?" tanong ni Charles.

"Hindi, nagsulat ka ng mga nobela. Kung ganoon, baka tama ka nga."

Dumating sila sa bahay nila Paul, "Ma, ito si Charles Dickens," sabi niya.

Nasa kusina siya, nakasuot ng apron at pinunasan niya ang kanyang mga kamay sa harap nito bago niya kamayan si Charles.

"Kamag-anak ka ba ng SI Charles Dickens?" tanong ng Nanay ni Paul.

"Ang saya na muling magkita tayo," sabi ni John, na binago ang paksa. "Pwede ko bang maging bastos at manghingi ng isang tasa ng tsaa na may tinapay at mantikilya?"

"Pumasok na kayong tatlo at umupo, ihahatid ko na agad," sabi niya, habang tinataboy sila palabas ng kusina niya.Naupo sila sa sala sa harap. Naupo si Paul malapit sa bintana para makatingin sa labas sa pamamagitan ng kurtinang may net.

Samantala, magkapareho ang iniisip nina John at Paul. Paano nila natuklasan si Charles Dickens at kung paano sila makakakita ng kaunting pera mula rito.

Naghanap si Paul, Kailan namatay si Charles Dickens? Sagot: 1870. Ipinakita niya ang screen kay John."Bakit mo gustong pumunta sa Portsmouth?" tanong ni John.

"Dati akong nakatira doon," sabi ni Charles.

"May iba ka pa bang libro?" tanong ni Paul. "Ibig kong sabihin, mga librong hindi mo pa nailalathala?"

"Ewan ko," sabi ni Charles. "Marami na ba akong naisulat na libro?"

"Oo, marami nga Charles," sabi ni John.

"Maganda ba?" tanong ni Charles.

"Binasa ko ang Oliver Twist noong bata pa ako at pati na rin ang Great Expectations. Napakagaling pero medyo mahaba para sa panlasa ko," sabi ni Paul.

"Maganda ang A Christmas Carol," sabi ni John, "Hindi masyadong mahaba at napakahusay na aral ang natutunan."

Naging tahimik ang silid nang ilang minuto.

"Kailangan kong hanapin itong si Ezekiel Dickens – o kung kilala siya ng mga kaibigan bilang E-Z," sabi ni Charles. " Hindi ko alam kung paano ko ito nalalaman, pero sa tingin ko nakatira siya sa Amerika." Humikabom siya at halos hindi na niya mapanatili ang kanyang mga mata na nakabukas.

Pumasok ang Nanay ni Paul, may dalang tray na puno ng mga pagkain. Kumain silang lahat nang kanilang kabusugan, at hindi nagtagal ay nakatulog si Charles sa upuan.

"Ah, mahimbing ang tulog ng munting bata," sabi ng Nanay ni Paul, habang tinatakpan siya ng kumot.

"Ang liit pa niya," sabi niya.

"Pero isa siya sa mga pinakadakilang manunulat," sabat ni John, "Nasa dugo niya ang pagsusulat kaya baka balang araw maging isang dakilang manunulat siya."

Tumawa ang Nanay ni Paul, pagkatapos ay umakyat siya sa silid niya para manood ng TV.

Samantala, pinag-usapan nina Paul at John kung ano ang dapat nilang gawin kay Charles Dickens.

"Sayang hindi natin siya mapapanatili," sabi ni John.

"Hindi ko sa tingin tatanggapin siya ng museo," sabi ni Paul.

Nagkasundo silang magsaliksik tungkol kay Charles Dickens sa internet.

POP

POP.

Nakatingin lang sina John at Paul sa unahan na para bang natutulog. Kahit na nakabukas ang kanilang mga mata. Kumanta sina Hadz at Reiki ng isang kanta para sa kanila na ganito ang nilalaman:

"Si Charles Dickens ay isang batang lalaki lamang.

Hindi siya laruan ng tagahanap ng metal.Tulungan mong hanapin ang pinsan niya sa USA.

Gawin mo ito sa umaga o papabayaran ka namin!"

Paulit-ulit na umikot sa isipan nina John at Paul ang kantang iyon hanggang sa malaman nila kung ano ang kailangan nilang gawin.

"Hanapin natin si E-Z Dickens," sabi ni Paul.

"Oo, ito ang tamang gawin," sabi ni John.

POP

POP.

At nawala na sila.

KABANATA 19

NABABAGOT SI ROSALIE

Napapagod na si Rosalie sa pagbabasa ng Anne of Green Gables. Habang tumatanda siya, lalo namang nahihirapan siyang magpokus sa kahit anong bagay nang matagal. Tinanggal niya ang kanyang salamin at hinangad niyang may maskara siyang kulay lavender para takpan ang kanyang mga mata.

BINGO.

Isang malambot na maskara na may bango ng lavender ang pumipigil sa liwanag at nagpapagaan sa pagod niyang mga mata.

"Parang may mahiwagang genie dito!" sabi niya, pagkatapos ay pinikit niya ang kanyang mga mata at nakatulog.

Nang magising siya makalipas ang ilang sandali at alisin ang kanyang maskara, nasa kama na siya sa kaniyang tinutuluyang tahanan para sa matatanda. Baliw ba siya o naglakbay nga ba siya sa kanyang isipan?Naramdaman ni Rosalie na medyo malamig, marahil dahil sa malamig at sterile na kapaligiran kung saan siya nakatira. Sa ilang oras ng araw, bumababa ang temperatura.

Sa mga panahong iyon napansin niya na nasa kani-kanilang kuwarto ang mga residente, habang nag-aayos naman ang mga tagapag-alaga. Dahil sa pagsusumikap nila, hindi nila naramdaman ang lamig. Hindi tulad ng mga nakatatanda na walang ginagawa.

BINGO.

Bumukas ang ilalim na drawer ng kanyang aparador, at lumipad patungo sa kanya ang kanyang malambot at mabalahibong pulang sweater. Tumigil ito nang mailagay niya ang kanyang mga braso rito. Nagkukumbli-kumbli siya, nararamdaman ang init nito habang kusa itong nagbuto.

"Medyo kakaiba ang pangyayaring ito," sabi niya.

Tumahimik siyang nakaupo, nananaginip ng mainit na tasa ng tsaa na maraming asukal at gatas.

BINGO.

Isang magarang takure na may palamuting bulaklak ang dumating sa isang mesa sa malapit. Nang lumubog na ang tsaa, ibinuhos nito ang sarili sa katugmang tasa, naglagay ng dalawang bugkos ng asukal at kaunting gatas.

"Tatlong bugkos, pakiusap," ani Rosalie.

Isang ikatlong bugkos ang nadagdag.

Ang tasa ng tsaa sa platito ay lumutang papalapit sa kanya.

"Paano naman ang isang o dalawang shortbread na biskwit?" tanong niya.Huminto ito sa ere.

BINGO.

Ngayon sa platito ay may dalawang shortbread na biskwit.

"Nakalimutan mo ang kutsarita!"

BINGO.

"Salamat," sabi niya, habang iniisip pa rin kung siya ay naghahallucinate o nawawalan na ng bait.

Gayunpaman, mainit pa ang tsaa, hindi naman masyadong mainit. Matamis, hindi naman masyadong matamis. At napakasarap nito kasama ang shortbread.

Nang maubos na niya ang huling patak sa tasa....

BINGO

Bigla na lang itong nawala sa kanyang kamay.

Nagtaka siya kung hanggang kailan magpapatuloy ang mga mahiwagang ito, o mga gawa lamang ng kanyang imahinasyon. Habang tumatagal pa ito, aanihin niya ang saya nang lubos.

"Sandali!"

Naalala niya ang libro. Yung ayaw niyang mabasa ng kahit sino.

"Pwede mo bang," tanong niya sa hangin, "Ayusin na ang isa pa na makabasa ng libro ko." Inabot niya ang libro sa drawer at itinaas ito. "Kaya, ang tanging makababasa nito, bukod sa akin, ay sina Lia, Alfred at E-Z. Walang iba. Kung may iba pang makakita rito, at babalikanin nila ang mga pahina, magiging puti na lang ang lahat."

Naghintay siya ng senyales. O ng tunog pero wala.

Binalik niya ang libro sa drawer, humarap, at muling nahimbing.

POP

POP

"Natulog na ba siya?" tanong ni Hadz.

"Sa tingin ko. Nanghihilik siya!"

"Mag-ingat ka't baka magising mo siya. Pero kailangan natin siyang isama – ibig kong sabihin, opisyal."

"Binigyan siya ng kapangyarihan ng mga arkanghel para bantayan sina Lia, E-Z at Alfred. Alam nila tungkol sa kanya," naalala ni Reiki.

"Totoo iyon, at tapat siya sa mga batang iyon. At pati na rin sa iba. Hindi alam ng mga arkanghel ang mga detalye tungkol sa kanila – at sa tingin ko ay mas mabuti nga iyon."

"Sang-ayon. Kaya, ano ang kailangan nating gawin para maisakatuparan iyon?"

"Rosalie," bulong ni Hadz nang direkta sa kaliwa niyang tenga. "Gusto mong tulungan sina Lia, E-Z at Alfred, hindi ba?"

"Oo," ang malambing na sagot ni Rosalie.

Nagsalita si Reiki. "At paano naman ang iba? Handa mo ba silang protektahan? Kahit pa ng mga arkanghel?"

"Oo," ang sagot ni Rosalie.

"Mabuti," sabi ni Reiki. "Ngayon, palakasin natin ang alaala niya. Ayaw nating makalimutan niya ang napagkasunduan niyang gawin, hindi ba?"

Kumanta sina Hadz at Reiki ng isang kanta,

"Ang mga alaala ay magagandang bagay.

Na lumulutang-lutang na parang singsing ng usok.

Pabalik at pasulong, pasulong at pabalik

Hayaan ang mga alaala ni Rosalie ang magturo sa kanya ng tamang landas.

Mahika, mahika sa hangin at sa dagat

Bumabigkis sa ating kontrata kay Rosalie."

POP

POP

Nawala na sina Hadz at Reiki, habang patuloy na hinihilik ng matandang Rosalie.

KABANATA 20
MGA PINSAN

Sa umaga, sa Inglatera, habang kumukulo ang takure, naghahanda sina John at Paul. Naka-on ang kompyuter, at bukas ang search engine.

"Ako na ang gagawa ng tsaa," sabi ni John.

"Umpisahan ko nang mag-type," sabi ni Paul, habang tinatype niya ang Ezekiel Dickens sa search bar. "Oh," sabi niya. "Hindi ko iyon inasahan."

Dumating si John na may dalang tray ng tsaa, mga bugal ng asukal sa isang mangkok, mainit na toast na may mantikilya, at isang garapon ng marmalade sa gilid.

"May nakita ka ba," tanong niya.

"Tingnan mo ito," sabi ni Paul, habang iniikot ang screen at hinahalo ang mga bugal ng asukal sa kanyang tsaa.

Ito ay ang website ng Ang Tatlo Superhero. Pinanood nila habang ipinakilala ni E-Z ang sarili, sinundan nina Lia at Alfred.

"Totoo ba ito?" tanong ni John. "Mukha silang tatlong karakter mula sa cartoon network."

Pagkatapos ay nagsimula ang muling pag-arte ng pagliligtas sa rollercoaster. Pinindot ni Paul ang

PAUSE.

Nagbukas siya ng isa pang window. Tinipa niya ang Parque ng Libangan Pagliligtas E-Z Dickens. Lumitaw ang isang pahayagan na may artikulo tungkol dito.

"Totoo nga," sabi niya.

"So, kamag-anak ni Charles ay superhero?"

"Sa tingin mo, magkamukha ba tayo?" tanong ni Charles. Medyo antok pa siya sa maluwang na pajama na ibinigay nila sa kanya para matulog. Kumuha siya ng isang hiwa ng toast mula sa plato, at nginuya ito.

"Pareho kayong may ilong ng mga Dickens," sabi ni John.

Mas tinitigan ni Charles ang nakapause na bahagi ng screen.

"Batay sa taon ng kapanganakan mo," sabi ni Paul habang ini-google ito, "kung 1812 hanggang ngayon, pinsan mong pang-pito o pang-walo kang layo si E-Z."

"Ano ang ibig sabihin ng 'tinanggalkamag-anak'?"

"Ibig sabihin, ang bilang ng mga henerasyon sa pagitan ninyo," sabi ni John.

"Kaya, ang ninuno ko ay isang Superhero. Ano 'yon, superhero? Katulad ba 'yon ng sa Sir Gwain at ang Berdeng Kabalyero?" Ah, naaalala kong nabasa ko 'yan sa paaralan noong bata pa ako, oo, magkatulad ang mga kabalyero at superhero," sabi ni Paul.

Nag-scroll pababa si John para makita kung nabanggit si E-Z Dickens sa ibang lugar. May mga clip sa YuTube ng kanyang paglalaro ng baseball bago siya gumamit ng wheelchair at pagkatapos noon.

"Talagang atleta siya," sabi ni John. "At naglalaro siya ng sports kahit nasa wheelchair."

"Mukhang katulad ng Rounders ang laro," sabi ni Charles.

"Sandali, may nakita ako tungkol sa mga magulang niya," sabi ni Paul.

Binasa nila ang mga obituaryo para sa mga magulang ni E-Z, tungkol sa aksidenteng ikinapahamak sa kanila.

"Kawawa naman," sabi ni Charles. "At least nandiyan naman ang kapatid ng tatay niya, si Sam, para alagaan siya ngayon."

"Bakit hindi na lang natin siya tawagan?" tanong ni Paul. Binuksan niya ang telepono niya at tinawagan ang information.

Tumingin si Charles sa likod niya, habang nakausap ni Paul ang telepono at isang boses ng babae ang sumagot. "Kailangan ko ng tsaa," sabi niya.

Pumasok si John sa kusina para kumuha ng isa para sa kanya.

Samantala, humiling si Paul ng numero ni Ezekiel Dickens sa Hilagang Amerika. Matapos niyang i-dial at nagsimulang tumunog ang telepono, inilagay ni Paul ito sa speaker.

"Kumusta," sabi ni Sam.

Halos nahulog ni Charles ang tasa ng tsaa niya.

"Uh, kamusta, ako si Paul at tumatawag ako mula sa London, England. Gusto ko sanang makausap si Ezekiel Dickens, pakiusap."

"Tito niya ako, maaari ko bang itanong kung tungkol saan ito?" Naglakad si Sam sa pasilyo papunta sa silid ni E-Z.

Nanonood ng pelikula sa bagong flat screen na telebisyon ang Tatlo. Kinuha ni Sam ang remote at pinindot ang

MUTE.

Pagkatapos ay inilagay niya sa speaker ang telepono niya.

"Sa totoo lang, hindi ako masyadong sigurado," sabi ni Paul. "Hindi ako ang gustong makausap niya, kundi, eh, siya..."

"Ako." Isang bagong boses ang pumalit sa telepono. Boses ng mas batang tao.

"At sino ka naman?" tanong ni Sam.

"Ako si Charles Dickens."

Inaabot ni Sam ang telepono sa pamangkin niya. "Sabi niya, Charles Dickens ang pangalan niya."

"Sinabi ko sa'yo na may mangyayaring kakaiba ngayon," sabi ni Alfred.

"Ako rin," sabi ni Lia, "Pero hindi ko inakala na kakainvolve si Charles Dickens!"

Nag-atubili si E-Z bago nagsalita, "Ako si E-Z Dickens, uh, Ginoong uh, Charles. Paano ako makakatulong?"

Tumawa si Charles. Nerbiyosong tawa iyon. Hindi niya alam ang sasabihin. Hindi pa siya nakausap ng taong nasa kabilang dulo ng mundo dati.

"Bumalik ako," ang bigla niyang nasabi. "Para hanapin ka. Sina John at Paul, mga kaibigan ko, ay (itinakip niya ang kamay sa telepono) – Mga Detektorista..."

Hindi pa narinig ni E-Z ang salitang ng detektorista dati.

"Gumagamit sila ng mga aparato para maghanap ng mga bagay," sabi ni Alfred.Si Paul ang sumagot. "May bumagsak na bagay sa ilog. Nandoon si Charles Dickens. Dalawang ilaw, isa'y berde at isa'y dilaw, ang nagsabi sa amin na kailangan makipag-ugnayan ni Charles kay E-Z Dickens."

"Anong klaseng bagay?" tanong ni E-Z. "Parang silo ba?"

"Si John ito," isang bagong boses ang nagsalita. "Hindi, hugis-kubo ito. Isang kubong may salamin."

Tinakpan ni E-Z ng kanyang kamay ang telepono, "Hindi naman parang isa sa mga silo na 'yan."

"Pinadala kayo ng mga anghel?" biglang sabi ni Lia. "Ako si Lia, nga pala, at ang isa pang boses na narinig ninyo ay si Alfred. Nandito kami kasama sina E-Z at Sam."

"Ikinalulugod kitang makilala kayong lahat," sabi ni Charles.

"Ilang taon ka na?" tanong ni E-Z.

"Mga sampu, sa tingin ko. Totoo ba na mag-kamag-anak tayo?"

"Oo," sabi ni E-Z, "at pinsan mo rin si Tiyo Sam."

"Magkaugnay tayo sa pamamagitan ng espasyo at panahon," sabi ni Charles.

"Manunulat din si E-Z," sabi ni Sam.

Nangilabut si E-Z, at nanumit ang kanyang mga pisngi.

Siniko ni Sam ang pamangkin niya pabalik sa realidad.

"Marami kang kailangang iproseso, Ginoong Dickens, uh, ibig kong sabihin, Charles. Kailangan nating magplano kung paano ka makakarating dito, o kaya ako na lang ang pupunta sa'yo. Pwede ka bang manatili muna kay John at Paul at makikipag-ugnayan uli kami sa'yo kapag naisip na namin kung ano ang gagawin?"

Sabi ni Paul, "Oo, sabi ni Nanay ay hindi naman daw pasaway si Charles. Pwede siyang manatili sa amin hangga't gusto niya."

"Tatawagan kita," sabi ni E-Z.

Naputol ang tawag.

"Ah, nga pala," sabi ni Sam, "Walang kapaki-pakinabang sa hard drive ni Arden. Maliban sa pagkumpirma na magkasama silang naglalaro ng maramihang manlalaro baril laro sa internet."

"Mabuti nang malaman," sabi ni E-Z, iyon ay hula na niya para sa sarili.

KABANATA 21

ANG PLANO AT ROSALIE

Sa silid niya, pinag-usapan nina E-Z, Lia, at Alfred kasama si Tiyo Sam ang kanilang usapan.

"Hindi ako makapaniwala na tumawag sa atin sa telepono ang tunay na Charles Dickens," sabi ni Sam.

"Oo, pero ang hindi ko maintindihan ay kung bakit siya nandito. At ano ang hinanap niya rito," sabi ni E-Z. "Ibig kong sabihin, sampung taong gulang lang siya – akala niya. At ang paraan niya ng paglalakbay ay parang kakaiba, isang parisukat na kahon na puro salamin. Ano ba talaga ang tungkol doon?"

"Hindi naman ito parang spaceship," sabi ni Alfred, "Hindi naman natin alam kung ano ang itsura niyan."

"Sandali!" sabi ni Lia.

Tumingin si E-Z sa kanya. "Iniisip mo ba ang iniisip ko?"

Tumango siya.

"ANO?" tanong ni Alfred.

"Naalala mo nung tinawag tayo ng mga arkanghel, para sabihin na isa sa atin ang kailangang mamatay?" tanong ni Lia.

Tumango sina Alfred at E-Z.

"Isipin mo yung lalagyan. Parang nandoon ka ulit at naaalala mo yung mga bagay na nahanap natin. Yung mga papel, nahanap natin?"

"Naiintindihan ko na kung saan ka pupunta. Ibig mong sabihin yung impormasyong galing sa ibang mundo. Tungkol sa buhay natin sa mga alternatibong dimensyon?" tanong ni E-Z.

"Eksakto," sabi ni Lia.

Umakyat-baba si Alfred sa kama.

"Ano?" tanong ni Sam.

Ipinaliwanag ni E-Z, sa abot ng kanyang makakaya.

"So, hayaan mong siguraduhin kong tama ang pagkakaintindi ko," sabi ni Sam. "Lahat tayo ay may buhay na nagpapatuloy sa ibang lugar bukod dito. Ibig kong sabihin, sa mundo. May iba pang bersyon tayo na nabubuhay ng hiwalay sa atin. Sa magkaibang panahon, magkaibang lugar, magkaibang dimensyon."

"Tama," sabi ni E-Z.

"Maaari ba nating baguhin ang buhay natin noon?" tanong ni Sam. "Ibig kong sabihin, baguhin ang kinalabasan? Mapipigilan ba natin ang mga masamang bagay na mangyayari?"

"Sa tingin ko hindi," sabi ni Lia. "Pero hindi ko alam kung gaano karami ang gusto nilang malaman natin tungkol sa ibang dimensyon. Pero mula sa sinabi sa atin ni Eriel, tayo ang sentro. Lahat ng iba pang nangyayari ay umiikot sa atin, at sa buhay na ating tinatahak ngayon."

"Kaya," sabi ni Alfred, "ang pagiging narito ni Charles Dickens ay tiyak na may kinalaman kina Eriel at ng iba pa."

"Oo, iyan din ang iniisip ko," sabi ni E-Z. "Pero bakit ngayon? Natapos na ang mga pagsubok. Pinili nila iyon. Gayunpaman, tila hindi nila ako maiwan nang mag-isa."

"Ang pagbabalik kay Charles Dickens. At sampung taong gulang pa siya noon! Wala itong katuturan para sa akin," sabi ni Lia.

"Siguro kapag nakilala na natin siya," sabi ni Sam, "magkakaroon ng katuturan ang lahat."

"Hindi kung kasama si Eriel," sabi ni E-Z. "Hindi kailanman tuwiran ang mga bagay sa kanya."

"Mukhang ang paglalakbay sa London ang tanging paraan para malaman natin," sabi ni Sam.

"Parang hindi pa ganoon katagal mula nang nandun ako."

"Oo, madali lang para sa'yo ang pumunta. Ituro mo lang ang tamang direksyon ng upuan mo at pwede ka nang umalis," sabi ni Alfred. "Samantalang sa akin, maraming enerhiyang kailangan sa lahat ng pakpak-pakpak na 'yan, at salik din ang hangin."

"Pwede kang sumakay ng eroplano kung sasamahan ka ni Tiyo Sam," mungkahi ni E-Z. "Ang kailangan mo lang gawin ay umupo sa upuan kasama ang ibang pasahero at mag-enjoy sa biyahe."

Ibinaba ni Alfred ang ulo.

"Hindi ko sinasabi ito para masaktan ka. Pinapaalala ko lang na tayo'y lahat nasa parehong bangka."

"Naiintindihan ko. At salamat."

"Sige, ngayon balik tayo sa pinag-uusapan," dagdag ni E-Z. Pinatay niya ang telebisyon.

Nakatingin si Lia sa unahan, na para bang nakatrasy. "Rosalie!" sigaw niya.

'Sino?' tanong ni Alfred.

Patuloy na nakatitig si Lia sa kawalan.

'Ayos lang ba si Lia?' tanong ni Sam.

"Halos hindi siya humihinga." Tumayo si Lia.

"May sasabihin ako sa inyo. Nakilala ko ang isang tao, hindi nang harapan kundi sa isip ko. Nasa isip ko siya at matagal ko na siyang kinakausap. Hiningi niya na huwag pa akong magsabi – sa ngayon. Sa tingin ko, baka may kinalaman ito sa buong usapin ng reinkarnasyon ni Charles Dickens."

"Nakikinig kami," sabi ni E-Z, habang lumalapit.

"Rosalie ang pangalan niya. Nakatira siya sa isang Tahanan ng mga Nakatatanda sa Boston – at matanda na siya. May demensya siya."

"Hindi ba iyon ang nagdudulot ng pagkawala ng alaala?" tanong ni Alfred.

Ngunit nang marinig ni Rosalie na nabanggit ni Lia ang pangalan niya, siya ay naihatid sa isip at sa katawan niya sa silid ni E-Z. Lumutang siya sa itaas nila, at maingat na pinakinggan ang bawat salitang sinasabi. Kumagalo siya ng lalamunan, para malaman kung makikita o maririnig nila siya – hindi nila siya nakita o narinig. Hiningi niyang sana ay dinala niya ang kanyang kuwaderno at panulat.

BINGO.

Pareho silang napunta sa kanyang mga kamay. Ngumiti siya at sinimulang magtala.

"Ibig mong sabihin, kayo dalawa ay nagkakakonekta – sa pamamagitan ng ESP?" tanong ni Alfred. "Akala ko ako lang ang may ESP?"

"Hindi ko sa tingin ito eksaktong ESP. Hindi sa parehong paraan na meron kayo."

"Paano naman?" tanong ni Alfred.

"Wala na ang mga alaala ni Rosalie. Karamihan sa mga iyon. Hindi niya nga nakikilala ang pamilya niya kapag bumibisita sila sa kanya. Hindi naman sila madalas bumisita. Ayos lang sa kanya kasi hindi niya sila gusto. Pero sa hindi maipaliwanag na paraan, nagkonekta kami. At alam niya ang lahat tungkol sa atin at sa mga kapangyarihan natin. Mukhang siya ang nagbabantay sa atin, sa paraang iyon."

"Bakit mo ngayon lang sinasabi ito sa amin?" tanong ni E-Z.

"Kasi sinabi niyang ayos lang. At nabanggit din niya ang Puting Silid. Nakarating na siya roon hindi isang beses, kundi dalawang beses. Noong unang beses, ibinalik siya nang ligtas sa kama niya – pero hindi ngayon. Sabi niya nandiyan siya ngayon, at hindi nila siya papayagang umuwi."

"Tulad ng alam ninyong dalawa, nakapunta na ako sa ang Puting Silid," sabi niya. "Doon unang nangako sa akin ang mga Arkanghel na makakasama ko uli ang mga magulang ko. Sa madaling sabi, doon nila ako kinuha gamit ang mga pagsubok."

Sumabat si Sam, "Dinukot ako ni Eriel papunta sa ang Puting Silid minsan. Masarap naman, noong una lang naman – hanggang sa hindi na niya ako pinayagang umalis."

"Oo," sabi ni E-Z, "walang pakundangan si Eriel. At medyo astig nga ang lugar. Makukuha mo ang kahit ano ang hilingin mo sa pamamagitan ng pag-iisip lang – parang mahika. At may mga libro – mga librong may pakpak. Pero ayoko nang magdetalye pa rito – magpokus na tayo kay Rosalie. Ano na ang nangyayari ngayon?"

Tumawa si Rosalie, iniisip kung ano kaya kung sasabihin niya kay Lia na nasa dalawang lugar siya nang sabay? Hindi, baka matakot sila. Nakipag-usap siya kay Lia sa isip at nagsabi ng ilang maliliit na kasinungalingan habang nagkukwento.

"Sabi niya nagpapanggap siyang natutulog. Naalala niya ang dalawang tuldok, isa'y berde at isa'y dilaw na lumulutang sa harap ng kanyang mga mata."

"Hadz at Reiki," sabi ni E-Z. "Sabihin mo sa kanya na huwag silang katakutan. Sila ang mga mabubuti."

Ah, bumuntong-hininga si Rosalie. Pagkatapos ay naisip niya na ito na marahil ang pagkakataong matagal na niyang hinihintay. Para ikwento sa Tatlo ang tungkol sa iba pa. Maingat siyang nag-isip, saka nagpasya na panahon na para ibahagi ang kanyang nalalaman.

"Sandali, gusto niyang sabihin ko sa inyo ang isang bagay." Tumitig si Lia sa unahan habang ang boses ni Rosalie ay lumalabas mula sa kanyang mga labi, "May iba pa na katulad mo, nakita ko sila. Sa tingin ko, iyon ang dahilan kung bakit ako narito. "

"Iba pa, katulad natin?" gulat na sabi nina Lia, Alfred, at E-Z.

"Hindi ako sigurado kung gaano karami ang dapat kong sabihin sa kanila tungkol sa ibang mga bata rito sa silid na ito. May payo ka ba para sa akin? Ano ang dapat kong sabihin? Sasaktan ba nila ako? Kung sasabihin ko sa kanila ang tungkol sa ibang mga bata – sasaktan ba nila ang mga iyon?" sabi ni Rosalie, sa pamamagitan ni Lia.

"Ikaw na, E-Z," sabi ni Lia sa sarili niya.

"Pakinggan mo muna kung ano ang sasabihin nila," sabi ni E-Z. "Ibabahagi nila sa'yo ang alam na nila at saka ka magpapasya kung gaano pa karami, kung mayroon pa man, ang kailangan nilang malaman."

"Mabuting payo," sabi ni Alfred. "Laging maging mabuting tagapakinig. Lalo na kapag ikaw ay pinipilit na manatili sa isang kakaibang lugar nang hindi mo kalooban."

Nag-alok si Lia, "Ipapaalam ko sa mga lalaki rito ang mga nangyayari, kung gusto ninyong manatili sa linya – ika nga."

Nagwika si Rosalie gamit ang bibig ni Lia na parang sarili niya, "Kailangan kong panatilihing buo ang aking mga kakayahan... kaya pansamantala, tapos na muna ako. Salamat sa iyo at sa barkada ninyo sa tulong. Makikipag-ugnayan ako kung kakailanganin ko kayo habang nandito ako. Kung hindi, babalitaan kita kapag nakauwi na ako, na malapit na dahil hindi ako nakakain ng hapunan. Ngayong gabi, pabo, mga patatas, at gisantes ang ulam." Nag-atubili siya. "Oh, at nga pala Lia, maganda ang suot mong pang-itaas."

BINGO.

"Salamat," sabi ni Lia, habang nakatingin sa kanyang t-shirt at iniisip kung paano nalaman ni Rosalie ang suot niya.

"Ano?" tanong ni E-Z.

"Ah, wala," sabi ni Lia.

Nasa ang Puting Silid na naman siya. Naisip ni Rosalie na mas mabuting ilagay ang notebook niya sa drawer ng night table niya.

BINGO

At nawala na sila.

BINGO

Dumating na ang hapunan. Mayroon siyang lahat ng masasarap, pero ngayon ang naiisip na lang niya ay isang milkshake na strawberry.

BINGO.

Dumating ang isa at kasabay nito ay isang hiwa ng Lemon Merengue Pie.

Doon dumating sina Eriel at Raphael.

"Oh, oh," sabi ng hagdan, habang lumulutang silang pababa patungo sa kanya na para bang nakasuot sila para sa Halloween.

"Nananaginip ba ako? O patay na?" tanong ni Rosalie.

"Wala sa dalawa," sagot ng mga arkanghel.

KABANATA 22

PAGTITIPON AT PAKIKIPAGKILALA

"Sige, tapusin mo na ang pagkain mo," sabi ni Raphael.

"Oo, wala naman kaming mas magandang gagawin," sagot ni Eriel.

Habang pinapanood nilang kumakain siya, nahirapan magnguya si Rosalie. Nahirapan ding tumikim. At tila mas lamig ang nararamdaman niya. Sinulyapan niya ang mga estante ng libro, pati ang hagdan. May kutob siyang may binabalak na masama ang dalawang estrangherong ito nang itapat niya ang kutsilyo at tinidor.

"Una sa lahat," pambungad ni Eriel, "ang usapang ito ay dapat manatili sa atin lamang."

Sa isip niya, kinausap niya si Lia. "Nandiyan ka ba, bata? Nakikinig ka ba?"

"...Kawalan ng lahi."

"Pasensya na," sabi ni Rosalie, "pero maaari mo bang simulan muli, ibig kong sabihin, mula sa simula? Matanda na ako at nalito ako sa sinasabi mo."

Humagikhik si Eriel. Parang batang lalaking pinagalitan, ibinuka niya ang kanyang mga pakpak at lumipad palayo. Nang makalapit siya sa tuktok ng silid-aklatan, ipinako niya ang kanyang mga braso at naghintay. Naghintay na si Raphael naman ang sumubok.

Lumapit nang husto si Raphael kay Rosalie.

"Ang astig ng salamin mo," sabi ni Rosalie. "Pero parang nai-seasick ako dahil sa lahat ng dugo na 'yan na tumitibok at lumulutang-lutang doon."

Tumawa si Eriel.

Tinanggal ni Raphael ang salamin niya at inilagay ito sa mga bulsa ng kaniyang itim na bestida.

"Mahal kong Rosalie," malambing na wika ni Raphael, "pakiusap, huwag mo nang pansinin ang bastos na asal ng kaibigan kong marunong, ngunit may sitwasyon tayo rito. Isang sitwasyon kung saan kailangan natin hindi lang ang tulong mo, kundi pati ang tulong nina E-Z, Lia, Alfred, at ng iba pa. Alam mo kung sino ang tinutukoy ko nang banggitin ko ang iba, hindi ba?"

Tumango si Rosalie, na hindi nagsalita.

"Isang koponan kami ng mga arkanghel at limitado ang aming mga kapangyarihan. Ang bagay na nangyayari sa buong mundo ay nangyayari rin sa mga kaluluwa."

"Ibig mong sabihin, kapag namamatay ang mga tao?" tanong ni Rosalie.

"Eksakto."

"Pero hindi ba mas sakop ninyo iyon, kaysa sa amin? Nakausap niyo si God – kilala kayo niya, di ba? At kung sinusubukan mong ayusin ang isang napakaseryosong sitwasyon, bakit hindi mo siya direktang tanungin?"

Dahil hindi nagsalita sina Raphael at Eriel, nagpatuloy si Rosalie.

"Ayon sa pagkakaalam ko, kapag namatay ang isang tao, inihuhukay ang katawan niya. O sinusunog. Ang kaluluwa nila – kung mayroon man – ay nabubuhay sa ibang lugar."

Sa loob ng ilang segundo, nasa harap na ni Eriel si Rosalie, na nagngungol. "Mali iyan."

Itinulak siya ni Raphael. "Mas kumplikado ito kaysa sa alam mo. Sobrang kumplikado para maintindihan ng karamihan sa mga tao."

"Matalino naman ang mga tao," sabi ni Rosalie. "Nakadating na kami sa buwan, nakaimbento ng eroplano, ng internet, ng apoy. Hindi naman ako henyo, at dinala mo pa rin ako rito para kumbinsihin ako."

Tumawa muli si Eriel.

Sa pagkakataong ito, hindi na mapigilan ni Raphael ang sarili, at siya ay tumawa rin.At tumawa. At tumawa.

Hindi nila mapigilan ang sarili.

Hindi sila pinansin ni Rosalie. Hindi niya pinansin ang nangyayari sa paligid niya. Ang hagdan na umuuga pasulong at paatras nang paatras. Ang mga librong lumulundag palabas, saka bumabalik sa loob. Ang ingay ay sobra. Napaka-ingay. Nangangarap siyang muli ng katahimikan ng kaniyang silid.

Anne of Green Gables, naisip niya.

BINGO.

Nasa mga kamay na niya ang libro. Binuksan niya ito, nakita ang bookmark, at nagbasa. Kung kailangan nila ang tulong niya, kailangan nilang paghirapan iyon. Ngayon na ininsulto na nila siya at ang buong lahing tao, hindi niya papadaliin ang mga bagay para sa kanila.

"Magaling," bulong ni Lia sa isip ni Rosalie. "Ikaw ang namumuno. At nandito kami ni E-Z at Alfred para suportahan ka."

Patuloy pa ring tumatawa sina Raphael at Eriel. Hindi mapigilan. Nagbabanggaan sa ere, na parang mga lobo na magkadikit.

Naalala niya na hindi pa napapansin ang Lemon Merengue Pie niya. Inilagay niya ang libro sa gilid, itinusok ang tinidor sa pie, at kumagat. Perpekto ito. Hindi masyadong matamis o maasim, katulad ng luto ng kanyang ina noon. Kumuha siya ng isa pang kagat.Sa itaas niya, nag-iisikan sa tawa sina Eriel at Raphael.

"Tigilan niyo 'yan!" sigaw ni Rosalie. "Kayo ang dalawa sa pinaka-bastos, pinaka-nakakainis na nilalang na nakilala ko. At nakilala na ako ng ilang talagang nakakainis na tao sa buhay ko." Inilapag niya ang tinidor niya. "Wala ba kayong tinuro sa inyo na magandang asal? Wala ba kayong alam na magandang asal?" Hinablot niya ang tinidor niya at itinuro ito sa kanila.

Lumipad pababa si Eriel. Nasa ibabaw na siya ni Rosalie, nakabuka ang bibig sa loob ng ilang segundo. Tinusok niya ang tinidor sa lemon curd, saka itinulak papasok sa bibig ng arkanghel.

"Ewwwwww!" sigaw niya. Inilura niya ito na para bang arsenic ang ibinigay sa kanya.

"Palagi akong tinuturuan ni Nanay na magbahagi," sabi niya na may ngiting mayabang.

Ang kulay ng mukha ni Eriel ay nagbago mula itim tungo sa berde. Pagkatapos magsuka, naglaho siya sa pader.

"Siguro hindi siya mahilig sa pie?" sabi ni Rosalie.

Tumatawa si Lia sa isipan ni Rosalie.

Inalis ni Raphael ang kanyang salamin mula sa bulsa ng kanyang bestida, pinunasan ito at muling isinusuot sa kanyang mukha. Umupo siya sa tabi ni Rosalie. Sobrang lapit niya kaya halos nakalukob na siya sa kandungan nito.

Kawawa si Rosalie.

"ALAM NATIN NA MAY IBA PA AT KAILANGAN NATIN ALAMIN KUNG SINO SILA AT NASAN SILA - NGAYON NA!"

Habang nagsasalita siya, ang mukha ni Raphael ay nagbaluktot, at naging hindi na makilala.

Nanindig ang buhok ni Rosalie. Nanginig ang katawan niya.

"Ang mga bastos na tao ay hindi kailanman nakakakuha ng hinihiling nila at ikaw, mahal ko, ay napakabastos. Ganoon din ang kaibigan mo," bulong ni Rosalie.

Bumalik si Rosalie sa dati niyang sarili.

Ngunit sa pagkakataong ito, nagbago ang taktika ng arkanghel. At malambing ang boses nito nang sabihin,

"Dadaan ako sa pader na iyon at sasamahan si Eriel. Pagkalipas ng limang minuto, babalik kami at magsisimula muli. Kailangan namin ang tulong mo – tama ka – at hindi namin ito hinihiling sa paraang nararapat." Pagkatapos, sa babaeng nasa pader, "Itakda ang timer sa limang minuto." Pagkatapos ay pabalik kay Rosalie, "Kapag tumunog ang timer, babalik kami at magsisimula muli." Tulad ng ipinangako, lumapit si Raphael sa pader at naglaho sa pamamagitan nito.

Malakas ang tik-tak ng orasan sa pader. Parang hindi ito bagay. Masyado pa nga itong maingay para sa aklatan.

"Nakakainis talaga!" sabi ng hagdan, habang lumalapit.

"Pasensya na sa lahat ng kaguluhan," sabi ni Rosalie. "Ang pagiging narito ko ay puro kaguluhan lang ang idinulot sa inyo."

"Gusto ka namin," sabi ng hagdan. "Bakit hindi ka gumalaw-galaw nang kaunti? Mas lalo kang gagaan ng pakiramdam."

Tumayo si Rosalie, inaasahang mararamdaman niyang pagod siya matapos kumain ng napakalaking pagkain. Sa halip, puno siya ng enerhiya. Lalo na ang kanyang mga binti. Pakiramdam nila ay sampung taong gulang na naman siya. Gumawa siya ng jumping jack. Ang saya!

"At ngayon," sabi ni Rosalie, "para sa kanyang susunod na gawa. Susubukan ng Dakilang Lola hindi isa, hindi rin dalawa, kundi tatlong magkakasunod na cartwheel," – na ginawa nga niya. "Salamat, salamat!" sabi niya, habang yumuyuko at kumakaway na para bang nanalo ng Gintong Medalyang Olimpiko.

TING!

Naubos na ang oras. Dumating sina Eriel at Raphael.

Iba ang suot ng mga arkanghel. Parang pupunta sila sa dalawang magkaibang salu-salo.

Si Eriel ay nakasuot ng itim na suit na may pin-stripe, puting kamiseta at kurbata.

Si Raphael naman ay nakasuot ng pulang bestidang parang Mumu na tinakpan ang buong katawan mula leeg hanggang mga paa.

"Parang kulang ang suot ko," sabi ni Rosalie.

BINGO.

Suot na niya ngayon ang pinakamagarang bestida niya. Ito ang sinabi niyang gusto niyang isuot pagkatapos siyang mamatay.

Nahulog siya sa upuan, nakatingala ang mga mata. At lumutang papalapit sa kanya ang mga arkanghel. Gumalaw ang kanilang mga pakpak, na parang pakpak ng paru-paro, habang papalapit sila nang may biyaya at ganda. Napaluha ang kanyang mga mata.

"Paano ko kayo matutulungan, mga minamahal?" tanong ni Rosalie.

Parang may kapangyarihan na sila sa kanya ngayon, isang kapangyarihang ayaw niyang labanan. Bumagsak siya sa sahig, at lumuhod sa harap ng dalawang arkanghel. Hinawakan siya ni Raphael sa kanang balikat at hinawakan siya ni Eriel sa kaliwang balikat.

"Sabihin mo sa amin ang kailangan naming malaman," wika nila nang may lambing.

"Nakasambulat ang iba," sabi niya, pagkatapos ay bumagsak siya sa sahig na parang isang tiktik na walang tali.

"Masyado na siyang matanda para rito," sabi ni Eriel. "Kung mamatay siya, wala na siyang silbi sa atin."

"Ituloy lang, gumagana na."

POP.

POP.

Lumitaw sina Hadz at Reiki, bumulong ang bawat isa sa mga tenga ni Rosalie. Tinulungan nila siyang makatayo.

"Umalis na kayo rito, kayong dalawang pasaway!" sigaw ni Eriel nang may malakas na pagsabog ng boses, Biglang nagising si Rosalie mula sa trangkong ipinataw nila sa kanya.

"Umalis na kayo!" sigaw ni Raphael at walang

POP,

sa halip, ang tunog na narinig ay isang

SPLAT.

Ipinatong ni Rosalie ang kanyang mga kamay sa kanyang mga hita, "Sana hindi ninyo nasaktan ang dalawang iyon, mga mahal ko. Sa katunayan, kung gusto ninyong isaalang-alang kong tulungan kayo, dapat ibalik ninyo sila rito

NGAYON

para makita kong ayos lang sila. Tatanggi akong magsalita pa sa inyo, hanggang hindi ninyo sila ibinabalik." Tumawid siya sa silid, umupo na nakasandal ang likod sa puting pader at pinikit ang mga mata at naghintay. May buong araw siya, buong linggo, buong taon. Hindi siya nagmamadali na makarating kahit saan o gumawa ng anumang bagay.

POP.

POP.

"Salamat," sabi nina Hadz at Reiki, habang nakaupo sila sa mga balikat ni Rosalie.

"Pinapalala natin ito," sabi ni Raphael. Pagkatapos ay kay Hadz at Reiki, "Alam ninyo ang kalagayan ng mundo, matutulungan ninyo ba kaming makuha ang tulong ng taong ito?"

Sabi ni Reiki, "Alam naming may sitwasyon! Kung hindi ninyo nilabag ang kasunduan kina E-Z, Lia at Alfred, sumasang-ayon na sana sila. Hindi kayo pinagkakatiwalaan ni Rosalie."

"Sinabi ni Hadz, "At hindi ka naging tapat sa kanya."

Sinabi ni Reili, "Para sa mga tao, ang tiwala at katapatan ang lahat."

Sumugod si Eriel patungo sa kanila.

Pinigilan siya ni Raphael bago niya sinabi, "May nagawa kaming pagkakamali, at may dahilan at bunga ito. Sinisikap naming iligtas ang mundo mula sa pinsalang dulot ng mga pangyayari. Ang tanging paraan para magawa ito ay ang tumawag sa mga nabigyan ng kapangyarihan, sobrenatural, kapangyarihang superhero. Kung wala sila, mabibigo ang sangkatauhan – at kasalanan natin iyon."

Tumayo si Rosalie. Sinulyapan niya ang dalawang maliliit na nilalang na nakaupo sa bawat balikat niya. "Maaari ko bang pagkatiwalaan ang dalawa?"

"Mapagkakatiwalaan si Raphael," sabi ni Hadz.

"Pero hindi kami sigurado sa kanya," sabi ni Reiki.

POP.

POP.

Naglaho silang dalawa, sa takot na maibabalik sila ni Eriel sa minahan.

Umakyat si Eriel, nang mas mataas at mas mataas, saka naglaho sa kisame.

Binaligtad ni Rosalie ang usapan. "Habang iniisip ko ito, maaari mo bang ipaliwanag kung ano ang lugar na ito? Tinatawag ko itong Ang Puting Silid, pero iyon ba ang tamang pangalan – at bakit tuwing nananas ako ng isang bagay, lumilitaw ito? Marahil tinatawag itong Mahiwagang Silid?" Sa sandaling iyon, naisip ni Rosalie si E-Z, ang anghel/lalaki sa wheelchair.

ACK.

Dumating si E-Z.

"Whoa!" sabi niya, nang mapagtanto niyang kasama niya si Rosalie sa Ang Puting Silid. Naisip niya ang kanyang salaming pang-araw at

PRESTO

Nasa mukha na niya ang mga ito. Naglakad-lakad siya sa silid, muling sinasalat ang kanyang mga binti at ang sahig. Pagkatapos ay iniunat niya ang kanyang kamay at sinabi, "Ikaw siguro si Rosalie."

'At ikaw naman si E-Z,' sabi niya, 'na walang wheelchair. Talagang mahiwaga ang lugar na ito!'

"At, kamusta, Raphael."

"Maligayang pagdating, E-Z," sabi ni Raphael. Pagkatapos kay Rosalie, "Wala nang diskarte – dapat sana ay kompidensyal ito."

"Anumang pangakong binibigay niya sa'yo, sisirain niya iyon. Hindi siya marunong tumupad sa salita niya – at mas malala pa si Eriel pati na rin si Ophaniel – at hindi mo pa nga siya nakikilala. Pero, ipapaalam ko sa'yo na puro sila mang-iimbento."

"Nalaman ko na iyon," inamin ni Rosalie. "At umalis siya, kumikilos si Eriel na parang pasaway na bata."

"Gusto ko sanang nasaksihan iyon," sabi ni E-Z. "Parang hindi naman ukol kay Eriel, pero grabe, ang galing sana niyon."

"Tama na ang mga paligoy-ligoy na ito," sabi ni Raphael. "Wala akong ibang magawa kundi ipaliwanag din sa inyo ang sitwasyon." Nagpukpok-pukpok siya ng paa at bumaba ang kanyang mga pakpak sa gilid niya sa pag-iinarte. Lumiko siya para harapin sina E-Z at Rosalie. "Kailangang iligtas ang mundo dahil sa isang pagkakamali namin. Gusto ba ninyo at ng iba pang kasama na tumulong sa amin para itama ang sitwasyon – ibig kong sabihin, para iligtas ang mundo, o hindi?"

Nagpalitan ng tingin sina Rosalie at E-Z.

"Ikaw na muna," sabi niya. "Sang-ayon ako sa anumang desisyon mo."

Hindi agad sumagot si E-Z.

"Kung ikukwento ninyo sa akin ang lahat, ipapababatid ko ito sa iba, at magbo-boto kami. Demokratiko kaming grupo."

"Gaano katagal ang aabutin niyan?" pang-iinsulto ni Raphael. "At paano ninyo ako sasabihan ng sagot? Baka puwede kong itigil si

Rosalie rito bilang bihag hanggang malaman ninyo? Sapat na kaya ang dalawampu't apat na oras?"

Sinabi ni Rosalie, "Hindi ako mag-aalala na manatili sa silid na ito. Maraming libro rito na pwedeng basahin at maaari kong i-order ang kahit ano ang gusto ko. Mas kawili-wili at mas kapanapanabik ito kaysa sa bahay."

Tumango si E-Z. Kay Rosalie naman, sinabi niya, "Salamat at tama ka, espesyal nga ang silid na ito. Ligtas ka rito." Pagkatapos, kay Raphael, "Hindi magiging bihag mo si Rosalie, sa katunayan, siya ang magiging bisita mo." May lumipad na aklat mula sa estante at bumagsak sa kanyang kamay. Ito ay ang Harry Potter at ang Kamara ng mga Lihim.

"Gusto kong basahin iyan," sabi ni Rosalie. Lumipad ang aklat mula sa kamay ni E-Z patungo kay Rosalie. Hinawakan niya ito at binuksan, at agad na nagsimulang magbasa.

"Si Rosalie ang magiging bisita natin," sabi ni Raphael. "Dalawampu't apat na oras nga pala?"

"Dalawampu't apat na oras," pumayag si E-Z.

"Sandali!" sumigaw ang isang tinig. Isang tinig na walang katawan. Isang tinig na paulit-ulit na umalingawngaw. Hanggang sa may librong natanggal sa estante sa itaas. Bumagsak ito patungo sa sahig, hanggang sa biglang sumabog palabas ang mga pakpak nito at nailigtas ang likod nito sa pagbasag.

Nagulat si Raphael sa tinig. Sinubukan niyang umatras, ngunit may humawak sa kanya.

Nag-antay at nakinig sina Rosalie at E-Z.

"Hindi sinabi sa inyo ni Raphael ang lahat," sabi ng boses na parang kulog.

Parang nanginginig ang hangin sa bawat pantig, ngunit sa mabuti, magiliw, at banayad na paraan, hindi sa nakakatakot na parang katapusan ng mundo.

"Sabihin mo sa amin," sabi ni E-Z.

"Mas mahinahon lang," mungkahi ni Rosalie. "Matanda na ako, pero hindi ako bingi, alam mo! "

"Pasensya na," sabi ng boses. Nag-clear siya ng kanyang lalamunan. Pagkatapos ay bumulong, "E-Z Dickens, naaalala mo ba ang mga pagpipiliang ibinigay namin sa iyo? Ang dalawang pagpipilian?"

Naalala ni E-Z ang mga iyon nang mabuti. Ang isa ay manatili sa silo magpakailanman. Ang mga alaala ng kanyang pamilya na paulit-ulit. Ang isa pa ay bumalik sa kanyang buhay kasama si Uncle Sam.

"Oo."

"Sabihin mo sa akin kung ano ang naaalala mo tungkol sa mga pagpipilian?" tanong ng boses.

"Sinabi nila na maaari akong manatili sa lalagyan at muling maranasan nang paulit-ulit ang mga alaala ng pamilya ko o bumalik sa buhay ko kasama si Tiyo Sam."

"At ang tagahuli ng kaluluwa? Ano ang tungkol doon?"

"Wala," inamin ni E-Z habang nag-iiling.

Sumigaw nang malakas ang boses – na para bang ang pagsasalita ay nagpapasakit dito. Nanginig ang mga istante at may mga bagay na biglang sumulpot at nawala sa ere nang walang patnubay. Una, may lumitaw na higanteng atsara. Umikot ang berdeng bagay na iyon paharap, pagkatapos ay paurong, at saka nawala.

Sumunod, may lumitaw na bola ng salamin sa ibabaw nila. Nagpapalit-palit ito ng kulay habang umiikot. Nang masyado na itong mabilis umikot, natakot sila na baka bumagsak ito sa kanila. Tumakbo sila para magtago pero bago pa nila ito marating, nawala ang bola.

Sumunod, lumitaw ang ulo ng isang payaso. Lumutang ito sa harap nila, at sinabi, "Ano ang itim at puti at itim at puti, at itim at puti at itim at puti."

"Tama na!" ugong ng boses.

"Pasensya na," sabi ni Raphael.

"Dapat nga!" nanginig ang unang boses. Pagkatapos, nang mas mahinahon at malumanay, sinabi niya, "Kailangan malaman nina E-Z at ng kanyang koponan ang tungkol sa mga Tagahuli ng

Kaluluwa – lahat ng detalye. Kung hindi, hindi nila mauunawaan ang kasalimuutan ng paglabag."

Tumigil ang boses ng ilang segundo, saka nagpatuloy, "Ang isang Tagahuli ng Kaluluwa ay humuhuli ng mga kaluluwa kapag namatay ang katawang mortal. Ito ay isang walang katapusang pahingahan. Lahat ng tao at lahat ng nilalang ay may pupuntahan. Ang tinatawag mong silo ay isang Tagahuli ng Kaluluwa. Isang pahingahan magpakailanman."

"Sige," sabi ni E-Z. "So, ano ang kinalaman nito sa katapusan ng mundo?"

"Gusto kong makita ang Tagahuli ng Kaluluwa ko," sabi ni Rosalie.

"Kung hindi kayo at ang mga kaibigan ninyo

GAGAWA NG ISAANGAY

wala nang magkakaroon ng Tagahuli ng Kaluluwa. Kapag namatay ang katawan ninyo,

MAMAMATAY

kayo. 'Yun lang. Wala nang iba. Ang kaluluwa ninyo at ang kaluluwa ng lahat ng iba pa ay wala nang mapupuntahan at kapag ang isang kaluluwa ay wala nang mapupuntahan, wala nang layunin. Walang dahilan para magpatuloy pa itong umiiral. At kung wala nang kaluluwa, ang mga tao ay puro katawang karne na lang."

"Sandali," sabi ni E-Z. "Sinasabi mo bang ang taong responsable sa mga Tagahuli ng Kaluluwa—ano man ang tawag ninyo sa kanila—CEO, Presidente, naiintindihan mo na. Sinasabi mo bang na-kompromiso sila?"

Bumuka ang bibig ni Raphael para sumagot pero hindi pa tapos magsalita si E-Z.

"Paano nga ba gumagana itong Tagahuli ng Kaluluwa na ito?

Tinawag na ako sa akin sa ilang pagkakataon, at hindi pa nga ako

PATAY.

Sinasabi mo bang puwede na akong pilitin ng mga nilalang na ito na pumasok sa Tagahuli ng Kaluluwa ko kahit kailan nila gusto?" Nag-atubili siya, "At ano ang alam mo tungkol kay Charles Dickens? Dumating siya sa isang lalagyan na puro salamin, kaya hindi Tagahuli ng Kaluluwa. Paano nakarating ang kaluluwa niya mula sa isang lugar papunta sa isa pa? Ang muling pagkabuhay niya ba ay dahil sa inyo, mga arkanghel?"

Naghintay si Raphael kung may karugtong pang tanong si E-Z.

At mayroon nga.

"At paano naman ang dalawa kong matalik na kaibigan na sina PJ at Arden? Paano sila kasali rito? Pareho silang nasa koma. Gusto ko silang maibalik. Makakatulong ba sa kanila kung tutulungan kita?"

Umatungal ang boses sa pader bilang tugon.

"Walang nagpapatakbo sa Tagahuli ng Kaluluwa. Hindi ito parang kumpanyang itinatag para kumita. Kapag namatay ang isang tao, nahuhuli ang kaluluwa nila, at naninirahan ito sa itinalagang Tagahuli ng Kaluluwa."

"Hindi ko maintindihan," sabi ni E-Z. Pagkatapos, "Sandali, may kumontrol ba sa Tagahuli ng Kaluluwa? At kung oo ang sagot, kailangan ko talaga ng karagdagang impormasyon tungkol sa kanila bago tayo makialam. Kung hindi ninyo sila matalo, kayo pa ang mga arkanghel, paano ninyo inaasahan na kaya namin?"

Sinabi ng tinig sa pader kay Raphael, "Well, nagkamali si Eriel nang sinabi niyang kasing taranta ng ladrilyo ang batang ito. Naunawaan niya agad. Magaling, E-Z."

"Uh, salamat, sa tingin ko," sabi niya. "Pero ano nga ba talaga ang tama kong nagawa?"

Nagpatuloy ang tinig. "Tunay ngang tinakaw ng tatlong diyosa ang mga tagakuhang kaluluwa."

Binuksan ni E-Z ang kanyang bibig para magsalita, ngunit bago pa siya makapagsalita ay nagsalita na naman ang tinig.

"Hindi dumating si Charles Dickens sa pamamagitan ng Tagahuli ng Kaluluwa, gaya ng hinala mo. Ang mga kamag-anak sa dugo ay may kapangyarihan sa oras at espasyo. Ikaw ang nagtawag sa kanya. Dumating siya para tulungan ka."

"Hindi ko siya tinawag!" sabi ni E-Z.

"Ngunit bumalik siya, at alam niya ang pangalan mo at gusto kang tulungan, hindi ba?"

Tumango si E-Z.

"At sa huling tanong mo, oo, nanganganib ang buhay ng mga kaibigan mo dahil sa tatlong diyosa."

"Diyosa?" inulit ni E-Z. "Parang sa mitolohiyang Griyego? Totoo ba sila? Akala ko pawang kathang-isip ang mga kuwentong iyon."

"Batay ang mga ito sa mga makasaysayang pangyayari," sabi ni Raphael.

"Hindi natin kayang labanan ang isang koponan ng mga diyosang mitolohikal!" sigaw ni E-Z. "Mga bata lang kami."

"Mas malaki ang panganib kung hindi ninyo gagawin dahil wala na kaming ibang mapapautangan ng tulong. Wala nang Batman, walang Spiderman, walang totoong Superheroes. Kayo lang ang mga bayani, kaya ba ninyo? Tutulungan ninyo ba kami? Alam namin na para malutas ang problemang ito, kailangan namin ng mga tauhan, mga taong nasa lupa. Maaaring manalo ang mga taong may kapangyarihan. Matatalo ninyo itong bagay na ito. Ang mga bagay na ito. Una, nakikita ninyo sila. Hindi namin sila nakikita," sabi ni Raphael.

"Alam kong kailangan ninyo ng tulong, pero hindi ko nakikita kung paano namin maililigtas ang araw – hindi laban sa mga makapangyarihang diyosa. Oo, may kapangyarihan tayo, pero ano nga ba talaga ang kalaban natin? Ano ang inaasahan sa atin? Ano ang mga panganib para sa atin? Ibig kong sabihin, patay na kayo – hindi pa kami. Kung tutulungan natin sila – ano ang mga panganib?"

Nag-atubili siya, at nang walang nagsalita, nagpatuloy siya.

"Kung sasang-ayon tayo, mapoprotektahan mo ba si Tiyo Sam ko, ang asawa niyang si Samantha, at ang mga sanggol? Masisiguro mo ba na hindi mauwi sa kamatayan sina PJ at Arden sa Tagahuli ng Kaluluwa? At ano naman ang makukuha natin dito? Pagkatapos ng lahat, isusugal natin ang ating mga buhay. Hindi ka tao kaya wala kang mawawala!"

Tumimyas si Rosalie, "E-Z, sa tingin ko wala kang ibang pagpipilian. Tama ka, may mga panganib at hindi pa ako patay – pero matanda na ako – kaya hindi ganoon kalaki ang panganib para sa akin. Bukod pa rito, gusto ko ang ideya na kapag natapos na ang buhay ko, may maghihintay na tagahuli ng kaluluwa para sa akin."

Tumango si E-Z. "Naiintindihan ko 'yan. Ang ideya na ang mga magulang ko ay lumulutang-lutang. Nag-iisa. Walang tirahan. Walang tagahuli ng kaluluwa. Nakakadiri. Nakakainis na gusto kong umubo. Pero kailangan ko pa ring kausapin ang iba," muling sinabi ni E-Z, habang ipinakrus ang mga binti. Ang sarap ng pakiramdam na magawa ang mga simpleng bagay tulad ng pag-krus ng mga binti.

"Talagang magaling ka nang magtalumpati," sabi ni Lia sa isip niya.

"Uh, salamat," sagot niya.

"Pagkatapos noon," sabi ng boses. "Dalawampu't apat na oras. Samantala, mananatili rito si Rosalie kasama namin."

"Bilang panauhin ninyo," diin ni E-Z.

"Ayos lang ako," sabi ni Rosalie. "At makikipag-ugnayan ako kay Lia. Mahilig kaming mag-usap ni Lia."

Tumango siya. Kay Lia, sa pamamagitan ni Lia. Hindi sigurado si E-Z kung ano na ang alam nila at ano ang hindi pa – pero hindi niya ibibigay sa kanila ang anumang wala pa sa kanila.

"Magkita-kita tayo," sabi niya, habang kumakaway.

Pagkatapos ay nasa wheelchair na naman siya. Harap-harapan sila ng kanyang mga kaibigan. Pero paano niya ito sasabihin sa kanila? Paano niya ipapaliwanag?

Sa huli, nagpasya siyang ilabas na lang lahat ng nasa isip niya. At iyan nga ang ginawa niya.

KABANATA 23

MGA PAGBABAGO

Bagaman hindi iyon ang inaasahan nilang marinig, napakarami ring sinabi sina Alfred at Lia bilang tugon.

"Ang kapal ng mukha nila!" ani Alfred. "Pagkatapos ng ginawa nila sa atin. Ibig kong sabihin, nangako sila tapos umatras at binago pa ang plano. Ako, hindi ako nagtitiwala sa kahit isa sa kanila kahit kaunti."

"Malaki ito, at kinasasangkutan nito ang mga mahal natin sa buhay na namatay," sabi ni E-Z.

"Paano naman?" tanong ni Sam.

"Hindi ko alam ang mga detalye. Ang alam ko lang, kinasasangkutan nito ang tatlong masamang diyosa na ang plano ay agawin at kontrolin ang lahat ng Tagahuli ng Kaluluwa."

"Nakakabaliw!" ani Lia. "Bakit nga ba nila sila gusto? Bakit pa sila mag-abala ng ganoon? Ano'ng pakinabang nila roon?"

"Sandali," sabi ni E-Z. "Ikwekwento ko sa inyo lahat ng sinabi nila sa akin. Tandaan ninyo, hindi rin nila alam nang sigurado."

Sige, narito na. Sila ay mga diyosa sa mitolohiya na muling nabuhay. Ang layunin nila ay kontrolin ang Tagahuli ng Kaluluwa—sa anumang paraan.

"At ang paraan na pinili nila para gawin ito ay ang pumatay ng mga tao. Mga taong hindi dapat namatay! At pagkatapos ay inilalagay nila ang mga ito sa Tagahuli ng Kaluluwa na kanilang kinidnap. Mula sa mga taong nangangailangan nito. Kaya, ang kanilang mga kaluluwa ay wala nang mapupuntahan. "Hindi ko pa rin maintindihan," sabi ni Lia.

"Isipin mo nang ganito. Lia, ikaw, si Alfred, at ako ay nakapasok na sa aming Tagahuli ng Kaluluwa. Iilan lang ang pinapayagang makapasok doon bago pa man sila mamatay. Sino ba naman ang gustong mapunta roon?"

"Sang-ayon ako," sabi ni Alfred.

"Ako rin," sabi ni Lia.

"Pero paano kung sasabihin ko sa'yo ngayon, na napuno na ng ibang tao ang Tagahuli ng Kaluluwa mo – at hindi na ito sa'yo?"

"Hindi nga alam ng mga tao ang tungkol sa Tagahuli ng Kaluluwa!" sigaw ni Alfred. "Akala ng karamihan, pupunta ang kaluluwa nila sa langit (o kung masama sila, sa mainit na lugar.)

Kung malalaman nila, malulungkot sila. Pero hindi naman nila alam."

"Oo, hindi mo namimiss ang isang bagay na wala kang alam," sabi ni Sam. "At hindi ka rin makikipaglaban para sa isang bagay na hindi mo alam."

"Sinabi nila na ang kaluluwa ng mga magulang ko ay maaaring nalulutang ngayon, walang tirahan. Talagang tumimo sa akin 'yon."

"At iyan nga ang dahilan kung bakit nila sinabi 'yan sa'yo!" sabi ni Sam. "Diretsahang manipulasyon 'yan."

"Hindi, panlilinlang na emosyonal iyon," sabi ni Alfred. "Pero naiintindihan ko kung bakit nila sinabi iyon. Kung sasabihin nila sa akin ang pareho tungkol sa pamilya ko, gusto kong makialam. Gusto kong labanan ang mga diyosang ito. Kung mainit ako ulo, kikilos agad ako batay sa emosyon ko. Pero kailangan nating maging lohikal dito. Dapat manatiling kalmado ang ating mga isip."

"Sino nga ba ang mga diyosang ito? Ano ang alam natin tungkol sa kanila?" tanong ni Lia.

"At sigurado ba tayo na nasa tamang panig ang mga arkanghel sa bagay na ito?" tanong ni Sam.

"Sinabi nila na dahil sa isang pagkakamali sa kanilang panig, nangyari pa nga ito – pero hindi nila sinabi sa akin nang eksakto kung paano ito nangyari o bakit. At wala silang gana na sagutin pa ang mga tanong ko – higit pa sa mga naalam ko na. Bukod pa diyan, nariyan si Rosalie at nauubos na ang oras natin para magdesisyon."

"Eksakto," sabi ni Lia. "At paano tayo magdedesisyon kung hindi pa natin alam kung ano ang haharapin natin? Alam nilang bata pa tayo. Oo, may kanya-kanyang natatanging kapangyarihan tayo – pero sapat na ba iyon? Kung hindi kayang ayusin ng mga arkanghel ang sitwasyong ito nang mag-isa... bakit nila alam na magagawa natin?"

"Hindi ko masabi 'yan. Pinilit ko nga silang magkuwento pa. Kung hindi dahil sa tinig sa pader – hindi sana nila sinabi sa akin ang halos lahat ng nalaman ko."

"Ang kapal ng mukha nilang magtago ng impormasyon sa atin!" ani Alfred.

"Naipaliwanag ko na ang alam ko. Tatlo sila. Mga diyosa sila – mga nilalang sa mitolohiya na akala ko hindi totoo."

"Maaari nating malaman online ang lahat ng kailangan natin para maghanda laban sa kanila," sabi ni Sam. "Pero aabutin ng panahon." Nag-atubili siya. "Gayunpaman, sa tingin ko hindi tayo magkakaroon ng magandang resulta sa paghahanap ng impormasyon tungkol sa Tagahuli ng Kaluluwa."

"Sinubukan ko na at wala akong nahanap."

"Kailan mo sila unang narinig?" tanong ni Sam.

"Ipinahiwatig ng tinig sa pader na nasabi na sa akin ang tungkol sa kanila dati, pero sa tuwing sinusubukan kong alalahanin, parang may pader na humaharang sa impormasyon."

"Grabe! Ganoon din talaga ang nangyayari sa akin," sabi ni Lia. "Ang weird talaga niyan.

"Tiningnan ni E-Z ang oras sa kanyang telepono. "Well, binigyan ko kayong lahat ng maraming pag-iisipan. May hanggang bukas umaga tayo para gumawa ng matibay na desisyon... pero sa tingin ko, wala tayong ibang pagpipilian kundi ang pumayag na tulungan sila. Ibig kong sabihin, kung hindi tayo, sino pa?"

"Iyon din ang iniisip ko," sabi ni Alfred. "Pero hindi ko pa rin gusto ang paraan ng ginawa nila."

"Ako rin," wika ni Lia. "Matutulog na ako. Magandang gabi sa inyong lahat. Magkita tayo sa umaga." Isinara niya ang pinto sa likod niya.

"May kailangan ka?" tanong ni Sam.

"Wala, ayos lang ako. Magandang gabi, Kuya Sam."

"Magandang gabi, E-Z. Kailangan kitang sabihan kung gaano ako sa'yo at kung gaano ka ipagmamalaki ng mga magulang mo."

"Salamat."

"At magandang gabi rin Alfred," sabi ni Sam habang binubuksan ang pinto.

"Magandang gabi," sabi ni Alfred, pagkatapos ay humiga siya nang nakasandal ang ulo sa ilalim ng kanyang pakpak at nakatulog.

Si E-Z, na hindi makatulog, ay nakatitig sa kisame habang nakahawak ang kanyang mga kamay sa likod ng ulo. Gumawa siya ng ilang sit-up, pagkatapos ay humarap sa gilid sa pag-asang makatulog. Sa halip, nakita niya ang dalawang ilaw, isa'y berde at isa'y dilaw, na lumulutang papalapit sa kanya.

"Gising ka pa ba?" tanong ni Hadz.

"Hindi," sagot ni E-Z na may ngising asim habang umuupo.

"Hindi naman namin dapat kausapin ka," sabi ni Reiki, "pero kailangan ka naming kausapin, kaya kailangan mong hulaan kung ano ang hindi namin dapat sabihin sa'yo."

"Hulaan? Seryoso? Pwede mo ba akong bigyan ng pahiwatig... alam mo, paliitin mo naman ang pagpipilian para sa akin, kahit konti lang?"

Nagbulong-bulongan ang mga wannabe na anghel sa isa't isa. Mukhang hindi sila nagkasundo, dahil lumipad si Hadz sa isang gilid ng silid at si Reiki naman sa kabila.

"Sige, matutulog na ako. Pag naresolba mo na, sabihin mo na lang sa akin bukas ng umaga."

Tumango-tango siya hanggang sa makatulog, pagkatapos ay nagising. Nasa upuan niya siya at lumilipad sa kalangitan. Ikinabit niya ang kanyang seatbelt. "Ano'ng nangyayari?"

"Nagpasya kami na dahil hindi namin mapaliit ang pagpipilian para sa'yo. O masabi sa'yo ang kailangan mong malaman. Para makagawa ka ng tamang desisyon... Ipapakita na lang namin sa'yo. Kaya, sumunod ka sa amin."

Habang dumaraan nang mabilis ang mga ulap at napupuno ng malinis pero malamig na hangin ng gabi ang kanyang mga baga, naramdaman ni E-Z na mas buhay siya kaysa sa naramdaman niya nang matagal. Sa ilang paraan, nami-miss niya ang pagiging tinawag para sa mga pagsubok para tumulong at iligtas ang mga taong nasa panganib.

Mula nang tumigil siyang makipagtrabaho sa mga Eriel, hindi na niya naramdaman na isang superhero siya. Totoo, nailigtas niya ang isang pusa na naipit sa puno. At napigilan niya ang isang bola ng baseball na tumama sa isang mahalagang bintanang salamin ng simbahan.

Ngunit karamihan ng kanyang araw-araw na buhay ay nakatuon sa hinaharap. Nagpaplano na tapusin ang high school sa pinakamagandang posisyon para makakuha ng iskolarship. Para makapasok sa pinakamagandang kolehiyo o unibersidad na maaari niyang makuha.

Nagpaplano sina Tiyo Sam at Samantha para sa bagong sanggol. Pinananatiling lihim kung lalaki o babae ang sanggol, at walang sinuman ang pinapayagang pumasok sa bagong silid ng sanggol. Naisip ni E-Z na kakaiba na labinlimang taong gulang pa lang siya at magiging tiyuhin na agad, pero nasasabik siya rito.

At si Lia, maganda ang takbo ng pag-aaral niya, nakisama kahit na tumalon siya mula sa pitong taong gulang hanggang labing-dalawa sa loob ng maikling panahon. Ang anumang nagpapapabilis sa pagtanda niya ay tila huminto na at ngayon ay mukhang may crush siya kay PJ. Talagang tumanda na siya at ngumiti siya habang iniisip kung gaano na siya naging mapag-utos. Naalala niya si Little Dorrit ang Unicorn. Hindi na nila siya nakita mula pa noong mga pagsubok. Marahil ipinadala siya ng mga arkanghel para tulungan si Lia nang sila'y magkaugnay pa. Pagkatapos ay dumating ang pinsan niyang si Charles Dickens. At nananatili sa koma sina PJ at Arden – at walang nakakaalam kung paano sila magigising. Pinagkakaabalahan ni Alfred ang sarili sa paligid ng bahay. Mula nang dumating siya, hindi na kailangang gupitin ni Tiyo Sam ang damo nang madalas.

Naalala niya muli ang dalawang pagsubok na napansin niyang may pagkakatulad. Ang isa ay tungkol sa batang babae na nakasuot bilang isang karakter sa multi-game. Ang isa naman ay tungkol sa batang lalaki na sinabihan na patayin si E-Z para mailigtas ang buhay ng kanyang pamilya. Magkaugnay sila. Tama si Eriel. Kailangan lang niyang malaman kung ano talaga ang ibig sabihin noon.

"Malapit na ba tayo?" tanong niya, napapansin kung gaano lamig na. Mabilis silang gumagalaw, papalapit sa Death Valley Pambansang Parke, sa Mojave Desert. Disyembre na, isa sa pinakamalamig na buwan ng taon para sa disyerto sa gabi, at hinangad niyang sana ay dinala niya ang kanyang hoodie. Napakadilim kaya't mukhang isang milyong beses na mas maliwanag ang mga bituin. Parang mga mata sa langit na halos walang pagitan, siguro kasing-lapad lang ng isang daliri, o iyon ang itsura.

Hindi sumagot ang mga anghel na nagsasanay. Bumaba sila ng ilang talampakan, saka nagpatuloy sa paglipad pasulong nang buong bilis.

"Napakaganda!" sabi niya. "Sabihin ninyo sa akin kapag lalapag na tayo. Sana nga may travel agent ako na magsabi sa akin kung ano ang nakikita ko."

"Gamitin mo ang telepono mo," bulong nina Lia at Alfred. Pagkatapos ay nanahimik sila.

Patuloy silang lumipad, sa ibabaw ng Badwater Basin, ang pinakamababang punto sa Hilagang Amerika. Pinangalanan itong ganoon dahil marumi ang tubig – kaya hindi ito maiinom dahil sa sobrang alat. Ngunit may ilang buhay-ilang at halamang namumulaklak sa lugar gaya ng pickleweed, insekto, at mga kuhol.

Lalo silang lumalim sa Death Valley, habang pinagmamasdan ni E-Z ang lupain at sinisikap na huwag isipin kung gaano siya nauuhaw.

"Nandito na ba tayo?" tanong niya muli nang lumipad ang isang itim na ibon sa ibabaw ng ulo niya at naghulog ng dumi bago ito nagpatuloy sa paglipad. "Maligayang pagdating sa Death Valley," sabi niya, habang pinupunasan ito gamit ang likod ng kanyang manggas. Nagmadali siyang makahabol kina Hadz at Reiki.

KABANATA 24
DEATH VALLEY

"Bilisan mo!" sabi nina Hadz at Reiki. "Malapit na tayo sa Rhyolite."

Umiwas siya sa unahan, at naabutan sila. "At ano nga ba ang nasa Rhyolite?"

"Munting paliwanag," sabi ni Hadz. "Maliban na lang kung narinig mo na ito?"

Umiling si E-Z. Nalaman niya ang tungkol sa ang Grand Canyon sa paaralan, karamihan tungkol sa kung paano ito nabuo.Nagpatuloy si Hadz, "Noong una, isang masiglang bayan ang Rhyolite noong Gold Rush noong 1904. Hindi ito tumagal nang matagal, noong 1924 namatay ang huling residente nito, at naging isang bayan-hudyat (ghost town)."

"Ano ang ibig sabihin ng salitang Rhyolite?"

Sumagot si Reiki, "Ito ay isang asidong batong bulkaniko – ang anyo ng lava ng granite. Pinangalanan ito ng isang heolohista na si

Ferdinand von Richthofen noong 1860. Ang pinagmulan nito ay Griyego, mula sa salitang rhyax na ang ibig sabihin ay agos ng lava."

"So, nagkaroon ng malaking Gold Rush sa bayan at pinangalanan nila ito ayon sa isang bulkanikong bato?" Nag-atubili siya. "Parang may naaalala ako mula sa klase tungkol sa paggalaw ng bulkan."

"Tama," sabi ni Hadz. "Mula pa noong dalawang milyong taon na ang nakalipas."

"So, kawili-wili ang aral na ito at lahat – pero wala pa rin akong ideya kung bakit tayo pupunta sa Rhyolite."

Biglang nagsalita si Reiki, "Dahil doon ang punong-himpilan ng mga rebelde."

"Yung mga naglalaban para makontrol ang Tagahuli ng Kaluluwa."

"Sino nga ba sila, at paano natin sila mapipigilan? Sa 'tayo'—ang ibig kong sabihin ay tayong tatlo. Dahil hinahawakan nina Eriel at Raphael si Rosalie at, Siyanga pala, nauubos na ang oras. Binigyan lang nila tayo ng dalawampu't apat na oras para makabalik sa kanila."

"Shhh," sabi ni Hadz. "May pambihirang pandinig sila, at baka dalhin ng hangin ang mga boses natin pabalik sa kanila na parang bulong. Mula ngayon, sa isip na lang tayo mag-uusap."

Tinanong ni E-Z sa isip, "Ano'ng mangyayari kung malalaman nilang nandito tayo? Ibig kong sabihin, hindi ba tayo makikita nila?"

"Hindi tao sina Hadz at ako, kaya hindi tayo makita ng mga iyon. Ikaw, hindi ka ganoon, kaya pinagtalupan kita."

"Ayos! May hindi nakikitang kalasag ng proteksyon sa paligid ko – napakagandang impormasyon iyan para sa akin."

Sa kalayuan ay nakikita niya ang Itim na Kabundukan. "Sigurado akong kapag sinunog ng araw ang mga bundok na iyon, puwede kang magprito ng itlog doon." Nag-aatubili siya, "Paano naman yung ibong dumumi sa akin? Baka pinadala siya ng mga kontrabida para hanapin tayo?"

Umiling sina Hadz at Reiki. "Nakita namin ang ibon. Isa yang uwak – kilala bilang tagadala ng mga mensahe mula sa langit."

"Sige, patas naman. Akala ko hindi ito mukhang uwak. Sabihin ninyo sa akin kung ano ang nakaholdap sa Tagahuli ng Kaluluwa at ano ang kailangan nating gawin para talunin sila." Nag-atubili siya, "At ano ang kinalaman nito sa muling pagsilang bilang batang lalaki ni Charles Dickens." Nag-atubili siya muli.

"At saka, magkakaroon ba si Lia ng sasakyan? Babalik ba si Little Dorrit na unicorn kapag pumayag kaming tulungan ka?" Ang dami niyang naisabi. Umiinom siya at hinangad na sana ay nagdala siya ng bote ng tubig.

POP.

May lumitaw. Ininom niya ito pabalik matapos magsabing "Salamat," sa wala.

Tinanong ni Reiki, "Nakarinig ka na ba ng tungkol sa Erinyes?"

Umiling si E-Z.

"Kilala rin bilang Ang mga Furya," sabi ni Hadz.

"Wala akong ideya kung ano man sila... pero may malabo akong alaala ng isang bagay mula sa laro siguro?"

"Sila ay sama-samang kilala bilang mga Diyosa ng Paghihiganti."

"Ikwento mo pa. Sino ang kanilang ginagantihan?"

"Bakit, ang buong lahi ng tao!" humihingal na sabi ni Hadz.

"Pinag-usapan na namin ito ng mga kaibigan ko kanina. Hindi alam ng karamihan sa mga tao ang tungkol sa Tagahuli ng Kaluluwa. Naniniwala ang karamihan na may kaluluwa tayo. Mga kaluluwang napupunta sa langit o impyerno – depende sa mga pinipili nating gawin sa ating buhay."

"Oo, alam namin iyan," sabi ni Hadz.

"Kung ganoon, sabihin mo sa akin," tanong ni E-Z. "Nasaan ang diyos sa lahat ng ito? Diyos o si Hesus, Allah, Buddha... ano man ang tawag ninyo sa kanya. Nasaan siya?"

Tumitig sina Hadz at Reiki sa unahan nang hindi sumasagot.

"Sige, naiintindihan ko na hindi ninyo masasagot ang tanong na iyon. Sagutin ninyo na lang ito. Bakit pinaparusahan ng mga diyosa ang mga tao gamit ang isang bagay na hindi naman nila alam? Naiintindihan ko na masama sila, pero nakakatawa pa rin pakinggan."

"Ang mga bata," sabi ni Hadz.

"Pinaparusahan nila ang hindi nararapat parusahan. Pero..."

"Ah, hinihintay ko nga ang 'pero'... Ituloy mo."

"Ang mga Furya – mga Diyosa ng Paghihiganti – ay inaabuso ang kanilang kapangyarihan. Nilalampasan nila ang mga hangganan. Tinututukan nila ang mga inosente. Mga inosenteng batang naglalaro ng isang laro."

"Sandali, ibig mong sabihin, pinaparusahan ang mga batang naglalaro dahil sa mga ginagawa nila sa loob ng laro? Pero hindi naman totoo ang laro! Paano sila mapaparusahan sa totoong buhay para sa isang bagay na hindi totoo?"

"Alam ko 'yan, at alam mo 'yan, pero, para sa Ang mga Furya – mga Diyosa ng Paghihiganti, pareho lang iyon. Kung sa isang laro ay papatayin mo ang isang tao, dadaan ka sa parehong proseso ng pag-iisip ng isang mamamatay-tao. Kasama rito ang pagpaplano, na may intensiyong pumatay, at saka ang pagsasakatuparan nito. Sa ilang kaso, kasangkot ang malawakang pagpatay. At oo, inosente sila, at hinihiling sa kanila na gawin ang mga iyon para makasulong sa laro. Para sa Ang mga Furya, ang mga bata ang hindi napaparusahan at malayang puwedeng parusahan kapag nasa loob sila ng laro."

"Sandali!" ani E-Z. "Ano nga ba talaga ang sinasabi mo rito? Sa tingin ko, naiintindihan ko na ang kabuuan, kung paano kasali ang Tagahuli ng Kaluluwa, pero napakasama ng ideyang ito... Ayaw ko nga itong isipin, lalo na pang sabihin."

"Ang Ang mga Furya – mga Diyosa ng Paghihiganti – ay naghihiganti sa mga manlalaro ng laro. Sa mga nagkasala sa kanilang mga puso," sabi ni Reiki. "Hindi pa nila oras para mamatay! Hindi pa handa ang kanilang Tagahuli ng Kaluluwa na tanggapin ang kanilang mga kaluluwa at kaya naman..."

"Wala na silang mapupuntahan," sabi ni Hadz."At ang mga Furya – mga Diyosa ng Paghihiganti – ay tinitipon sila rito, sa pamamagitan ng paglikha ng sarili nilang tribo ng mga Kaluluwa. Itinatago nila ang mga kaluluwa ng mga bata sa mga ninakaw na Tagahuli ng Kaluluwa."

"Nagdudulot ito ng kaguluhan," sabi ni Hadz.

"Kaya, kailangan ninyong mga bata ang tumulong."

"Sandali!" sabi ni E-Z. "Sandaling-sandali!"

KABANATA 25
APAT NA MATA

"Oh, oh," sigaw ni Hadz, habang mabilis na gumagalaw sa kalangitan papunta sa direksyon nila ang isang madilim na ulap.

"Hindi puwedeng nakalusot sila sa pananggalang na kalasag!" ani Reiki.

Lumingon si E-Z sa kanyang balikat. Ang nakita niya ay isang itim na bagay na hindi ulap. Sapagkat ito ay hugis ahas. May dila itong sanga-sanga na dumudila sa hangin. Sa halip na dalawang mata, marami itong mata. Sobrang dami para bilangin. Bawat isa ay may patak ng dugo pababa. Dugo at nanlalabong dilaw na n ana.

Ang dila ng nilalang ay gumalaw mula kanan papuntang kaliwa. Naglalabas ng tunog na parang latigo, habang ang mga panga nito ay mabilis na nagbubukas at nagsasara. At mula sa lalamunan nito ay isang ungol, na salit-salit sa pagitan ng sigaw at ungol.

Dahil sa hangin sa likuran nito, isang napakasangsang na amoy ang pumuno sa hangin at agad na umabot sa mga butas ng ilong nina E-Z, Hadz, at Reiki.

Ang amoy ay napakasangsang. Mas masahol pa kaysa asupre. O bulok na itlog. Mas nakakadiri pa kaysa pinagsamang tubig-septiko at nabubulok na bangkay.

Umakyat pa ang tatlo, upang makita nila sa kabila ng isang gulod na hindi nila napansin noon. Sa likod nito, may mga pilak na sisidlan. Tagahuli ng Kaluluwa. Hanggang sa nasasakupan ng paningin.

"Ang dami! Lahat ng iyan ba ay puno ng mga bata? Ay, naku!" sabi ni E-Z nang may boses na parang umiiyak dahil sinasara pa rin niya ang kanyang ilong. Kahit na naamoy pa rin niya ang mabahong amoy.

PTOOEY.

Iniiwasan nila ang isang spray ng malagkit na dilaw na nana.

"Ano ba iyan?" ani E-Z.

Sa ibaba, nakita ang isang higanteng mata. Nakasarado ito. Nakakubli.

PTOOEY.

PTOOEY.

PTOOEY.

"Ay hindi!" sigaw ni E-Z. "Buldóga ng mata!"

Bumuga ito sa kanila, pinaputok ang mainit at malagkit nitong likido.

"Sandali!" sigaw nina Hadz at Reiki.

Bawat isa ay humawak sa isang tainga ni E-Z.

"Ahhhhh!" sigaw niya.

PTOOEY.

Na-iwasan ni E-Z ang sipon na iyon, pero muntik na itong tumama sa wheelchair niya.

FIZZLE.

POP.

POP.

Nasa kama na naman si E-Z. May mga patak ng pawis na dumadaloy sa kanyang noo.

Samantala, tuloy-tuloy pa rin ang hilik ni Alfred sa dulo ng kama.

"Masyado nang malapit iyon! Nakakakaba!" sabi ni E-Z. "Nakapasok ba sila sa pananggalang na kalasag? Nakita ba nila tayo? Alam ba nila kung sino ako, kung saan ako nakatira?"

"Hindi, nakalabas na kami doon bago pa sila makalusot," sabi ni Reiki.

"Siguro bobo akong tanong, pero bakit hindi mo na lang kami

POP

papasok at palabas doon sa simula pa lang. Imbes na mag-aksaya ng oras na lumipad pa papunta roon – at inilalagay ang buhay namin sa panganib?"

"Kailangan naming

IPAKITA

sa'yo."

"Bago ang labanan... Ano nga ba ang tawag nila diyan..."

"Ibig mong sabihin, reconnoiter?" tanong ni E-Z.

"Oo, tama. Kailangan naming ipakita sa iyo. Kailangan mong makita ito, sa sarili mong mga mata. Lahat ng iyon. Ang iyong haharapin," sabi ni Hadz.

"Akala namin sulit ang panganib para sa matututuhan mo."

"Sa tingin ko, malalaman din natin sa huli," sabi ni E-Z.

"Pasensya na kung lumabis kami," sabi ni Hadz.

"Talagang para sa kabutihan mo ang hangarin namin."

"Alam kong ganoon. At natutuwa akong nakita ko ang Tagahuli ng Kaluluwa. Ang dami nila – talagang nagulat ako roon."

"Oo, nagulat din kami. At makatitiyak kang nagulat din ang mga arkanghel nang una nilang makita ito."

"Hindi mo sana iyon dapat sinabi," sabi ni Reiki.

POP.

Naglaho si Hadz.

"Ah, ayos na ngayon," sabi ni E-Z.

"Huwag mo nang isipin."

"Hindi ko pa rin maintindihan kung ano ang nakukuha ng Ang mga Furya – mga Diyosa ng Paghihiganti – rito? Ano ang kanilang pakay? May nakapagtanto na ba?"

"Nagdadagdag sila ng iba pa araw-araw. Mas maraming batang naglalaro ng laro, na nasisipsip sa kanilang sapot."

"Pero bakit walang pampublikong pagtutol? Hindi ba dapat nating sabihin sa mga pinuno ng mundo, mga Pangulo, mga Punong Ministro? Wala na bang magagawa sila?"

"Isipin mo, ano ang unang gagawin nila? Ipapadala nila ang hukbo. Mas maraming tao ang mamamatay. Mas maraming Tagahuli ng Kaluluwa ang kakailanganin bago ang kanilang oras. Ang paglalaro, batay sa aming obserbasyon, ay isang pangyayaring pandaigdig. Kinukuha ng masasamang magkapatid ang mga kaluluwa ng mga batang walang kamalay-malay."

"Pero karamihan sa mga pinuno ay may sariling mga anak," sabi ni E-Z. "Sigurado, kung malalaman nila, nais nilang protektahan ang kanilang mga anak at nais din nilang protektahan ang ibang mga bata."

"Mas katulad ng Ang mga Furya – mga Diyosa ng Paghihiganti – na tututok sa mga anak nila. Parang nakabitin kang stick sa harap nila," sabi ni Reiki.

POP.

Nabalik na si Hadz.

"Magugustuhan nila kung masisira nila ang mga dakila at makapangyarihang bata. Sa ngayon, ang ginagawa nila ay tila pabigla-bigla – pinipili sa loob ng laro," sabi ni Reiki.

"Ikwento mo pa sa akin ang alam mo tungkol sa kanila," tanong ni E-Z.

Bumulong si Hadz, "Ang mga pangalan nila ay Allie, Meg at Tisi. Ang paghihiganti ni Allie ay para sa galit, kay Meg naman ay para sa selos at si Tisi ay kilala bilang tagapagbawi."

"Sige, so, bakit ba sila mabaho? At paano sila tatalo ng tatlo?" tanong ni E-Z habang tinitingnan ang kanyang relo. Mag-aalas-otso na ng umaga. Kailangan niyang kausapin ang natitirang miyembro ng grupo, para maibalik si Rosalie. Paano niya sasabihin sa kanila ang tungkol sa nakakatakot na tatluhan na ito at sa lahat ng mga batang nasa Tagahuli ng Kaluluwa?

"Ayon sa alamat, pinarusahan sila noon dahil ginampanan nila ang kanilang tungkulin. Ngayon, nakakita sila ng butas sa Virtual na realidad, isang medyo bagong imbensyon ng tao." Nag-aatubili si Hadz. "Bakit hindi nais ng mga tao na mabuhay sa kasalukuyan? Bakit kailangan nilang tumakas at maglaro ng mga hangal na laro na naglalagay sa kanilang buhay sa panganib?" Namumula ang mukha ng wannabe angel at sobrang inis."

Sinubukan ni Reiki na aliwin ang kaibigan niya at sinabing, "Hindi nila alam ang kanilang ginagawa."

"Hindi dahilan ang kamangmangan," sabi ni E-Z. "Kailangan nating ibalik sila kung saan man sila bago naimbento ang VR. At kailangan nilang isauli ang mga kaluluwa ng mga batang kinuha nila sa pamamagitan ng panlilinlang. Ang tanong lang, PAANO natin sila kukumbinsihin na mali ang ginagawa nila? Na ninanakaw nila ang mga buhay at pinaparusahan ang mga tao para sa mga iniisip, hindi sa mga gawa? Ngayon na nakasilip ako sa Ang mga Furya – mga Diyosa ng Paghihiganti - alam kong kailangan nating tulungan ka nang higit kailanman. Pero kailangan ko pa ring kumbinsihin ang iba. Kahit pumayag pa sila, nakikipaglaban pa rin tayo laban sa lahat ng posibilidad. Gusto kong maging positibo. Sabihin nating kaya natin ang gawain. Pero hindi natin malalaman nang sigurado, hanggang sa dumating na ang oras ng pakikipaglaban."

Sinuntok niya ang kanyang unan at hinawakan ito sa kanyang kandungan. "Sandali, namatay ba sila? Ibig kong sabihin, nakatakas ba Ang mga Furya – mga Diyosa ng Paghihiganti – mula sa sarili nilang Tagahuli ng Kaluluwa? At kung ganoon nga, paano? Sino ang tumulong sa kanila para makalabas?"

Tumingin si Hadz kay Reiki at tumingin naman si Reiki kay Hadz.

POP.

POP.

Nawala na sila.

"Napakaganda!" sabi ni E-Z. "Sobrang galing talaga!"

KABANATA 26
BALANSE

Bagaman sinubukan niyang matulog, hindi makatulog si E-Z. Paulit-ulit siyang nag-iisip at nagtatanong sa sarili. Mga tanong na hindi niya masagot.

Kaya, bumangon siya sa kama, binuksan ang kanyang kompyuter at nagsimulang magsaliksik.

Hindi nagtagal, nakatuklas siya ng ginto. Nang makita niya ang isang link na Ang mga Furya – Mga Diyosa ng Paghihiganti at ang Tatlong Grasya. Para silang yin at yang ng isa't isa. Isa mabuti, isa masama. Nagtaka siya kung magagamit nila ito sa kanilang kalamangan. Kung ang mga masamang diyosa ay maaaring dalhin sa lupa, maaari rin bang maibalik ang mga mabubuting diyosa?

Una, bago niya imungkahi sa mga arkanghel na ibalik sila – kung kaya nga nila iyon. Gusto niyang malaman nang eksakto kung ano ang maibibigay ng Tatlong Grasya.

Oo, sila ay mga diyosa. Mga anak ni Zeus na diyos ng langit. Ang kanilang mga kapangyarihan ay nakatuon sa alindog, kagandahan, at pagkamalikhain. Nagpatuloy siya sa pagbabasa, ngunit hindi niya makita kung paano sila makakatulong nang malaki laban sa Ang mga Furya.

Gayunpaman, may oras pa siya kaya nagpatuloy siya sa pagbabasa. Binasa niya ang ilang teksto na iniuugnay kay Nietzsche. Ang kanyang mga teorya tungkol sa mabuti at masama ay patuloy pa ring pinag-uusapan at pinagtatalunan sa mga forum.

Biglang may pumasok na alaala sa isip niya. Hindi na ito nangyayari nang madalas, ang pagbabalik ng mga alaala niya tungkol sa kanyang mga magulang. Sana'y huwag itong kailanman huminto.

Ang isa nito ay isang pag-uusap kasama ang kanyang ama. Tungkol sa Ikatlong Batas ni Newton. Sumakay sila noon ng bangka at nangingisda.

"'Ganyan kung paano nakakagalaw ang isda sa tubig,' paliwanag ng kanyang ama.

Mula noon, mas marami na siyang nalaman tungkol dito sa paaralan. Naisip niya na siguradong kawili-wili ang mga pag-uusap nina Newton at Nietzsche. Pero libu-libong taon ang pagitan ng kanilang mga buhay.

Bigla niyang naisip. Siya, si Lia, at si Alfred ang kabaligtaran ng Ang mga Furya.

Alam na ba ito ng mga arkanghel? Kaya ba sila napaka-insist na siya at ang kanyang koponan lang ang makapagtatalo sa Ang mga Furya?Ang tanong na paulit-ulit na tumatakbo sa isip niya ay nananatili pa rin – mananalo kaya sila?

Posible nga bang mapigilan Ang mga Furya?

Kailangan niyang pag-usapan ito sa iba.

Pinatay niya ang kanyang kompyuter, at bumalik para makatulog nang kaunti bago magising ang iba.

Inaasahan ng lahat na mayroon siyang lahat ng sagot. Wala naman siya nito, pero ginagawa niya ang kanyang makakaya. Mula nang maging pinuno siya, ganoon na ang buhay.

KABANATA 27
PULANG KWARTO

Nasa isang pulang kwarto si E-Z. Isang silid na mabaho ng dugo. Ang matinding amoy ng bakal ay sumakit sa kanyang ilong kaya tinakpan niya ito ng kamay, pagkatapos ay naglakad siya pasulong ng ilang hakbang. Ang kanyang mga yapak ay nag-iwan ng bakas sa madugong sahig. Saan siya? Sa impyerno? Hindi bababa't kaya niyang tumakbo rito, pero saan siya pupunta? Walang pinto. Walang bintana. Walang anumang liwanag, ngunit nakikita niyang lahat ay pula. At basa.

Inilabas niya ang kanyang telepono at pinindot ang flashlight app. Gamit ang sinag ng flashlight, sinundan niya ang mga pader sa paligid niya. Pare-pareho lang ang lahat. Madugo at tumutulo. At mabaho. Naghintay siya. Hindi mukhang magandang ideya ang manawag ng tulong. Mas mabuti pang huwag nang lumapit sa kanya ang sinumang nagdala sa kanya rito. Ayaw niyang makipagkita sa kanila. Namatay ang sinag ng flashlight at namatay rin ang telepono niya.

Natakot siyang gumalaw, kaya nanatili siyang nakatayo at nakinig.

May gumagapang, isang bagay. Umaahas, sa sahig. Isa ang pababa sa pader sa kanan at isa pa sa kaliwa. Tatlo. Mga ahas.

Pagkatapos ay nagbago ang hangin sa silid, at isang pamilyar na amoy. Bulok. Amoy itlog. Asupre. Amoy bulok na bangkay.

Tinakpan niya ang ilong niya. Tulad ng dati, hindi nito natakpan ang nakakadiring amoy.

Naghintay siya.

Kaya, gusto nila siyang mag-isa. Nahuli na nila siya. Titiyakin niyang magsisisi sila kahit ito pa ang huling bagay na magagawa niya.

"Pwede ka naming gawing almusal," sigaw ni Tisi.

"O tanghalian," sabi ni Alli. "Medyo nagugutom na ako, eh."

"O meryenda sa hapon, hindi naman siya ganoon kalaki. Hindi sapat para sa tatlo sa atin," sabi ni Meg.

Pinokus ni E-Z ang buong lakas ng kanyang pagkatao sa kanyang mga pakpak. Sila lang ang kanyang pag-asa para makatakas at wala silang silbi.

"Tingnan!" sigaw ni Meg. "Sinisikap niyang gamitin ang maliliit niyang pakpak."

Tumayong lumutang sina Tisi at Alli. Sumali si Meg sa kanila habang lumulutang sila sa kaunting distansya na hindi niya maabot.

Sa ilalim ng kanyang mga paa, nanginig at umugong ang sahig. Parang magbubukas ito at lulunukin siya. Umatras siya, para sandalan ang sarili sa pader. Ngunit nang madampot niya ito, nabasa ang kamiseta niya. At nang ipatong niya ang kamay dito, bumalik itong nababalutan ng dugo.

"Hindi ako natatakot sa inyong tatlong puta!" sigaw niya.

"Baka hindi ka pa natatakot sa amin - ngayon -" sigaw ni Meg.

"Pero matatakot ka rin agad," ungol ni Tisi.

"Sa ngayon, kayo na ang bahalang makipag-ayos sa tatlo," bulong ni Meg, halos mapasuka siya sa baho ng hininga nito.

Ang tatlong ahas, gamit ang kalamangan ng kanilang taas, ay biglang sumugod sa kanya. Ang kanilang mga pinaghahating dila ay umuungol at bumubuga. Pagkatapos ay nagsimulang balutin ng isa't isa ang kanilang mga katawan. Nagdudugtong, nag-iikot. Hanggang sa sila'y naging isang napakalaking ahas, na may tatlong ulo at tatlong latigo. Mga latigong bumaling patungo kay E-Z upang pigilan siyang gumalaw.

Inaurong pa niya ang sarili. Ang pagdinig sa tunog ng dumudulas na dugo sa likuran niya ay tila nagbigay sa kanya ng ginhawa. Naging relaks ang katawan niya habang ang likod niya ay sumandal sa sulok, katapat ng pader na patuloy na tumutulo ng dugo.

"Tingnan mo siya," sabi ni Tisi. "Isang bata pa lang siya at wala siyang ginawang masama sa kahit sino. Sa katunayan, sobrang bait niya, sayang na sirain natin siya."

"Oo, malinis ang puso niya," sabi ni Meg. "Pero may isang itim na mantsa sa puso niya. Isang mantsa ng paghihiganti na nais niyang gawin sa mga may sala sa pagkamatay ng kanyang mga magulang."

"Huwag ninyong pag-usapan ang mga magulang ko!" sigaw ni E-Z, habang itinutulak pa niya ang sarili sa madugong pader. Natatakot siya. Natatakot na totoo ang sinasabi nila. Pinikit niya ang kanyang mga mata. Kung hindi niya sila makita, baka mawala na lang sila. Pagkatapos, may bumigay sa likuran niya. At nahulog siya nang malayang patungo sa likod, nagpapatumba-tumba. Nahulog.

BOG!

Landing siya sa kanyang wheelchair, at agad itong lumipad palayo.

Pabalik sa ang pulant kwarto, nagngalit ang mga Furya – mga Diyosa ng Paghihiganti!

"Habulin mo siya!" sigaw ni Tisi.

"Huliin mo siya!" sigaw ni Meg.

"Huli na ang lahat!" sabi ni Alli. "Parang nawala na siya!"

"Balik na tayo sa Death Valley," sabi ni Meg. Umalis sila, iniwan ang Pulang Kwarto na walang tao. Ngunit nanatili pa rin ang baho nila.

BOG!

"Nagdudugo ka," sabi ni Sam. "Ipasok natin siya sa banyo. Tingnan natin kung gaano siya kalala ang sugat." Itinulak ni Sam ang wheelchair papunta sa pinto.

"Hindi, huminto ka!" sabi ni E-Z. "Ayos lang ako. Hindi sa akin ang dugo. Pero kailangan kong maligo. Para matanggal ang baho. Pagkatapos, ikukwento ko kung ano ang nangyari. Pangako."

"Basta sigurado kang ayos ka lang," sabi ni Sam.

Pagkaalis niya, wala nang maisip na sabihin sina Sam, Lia, at Alfred sa isa't isa. Nanatili silang nakatahimik, hinihintay ang kanyang pagbabalik.

Sa banyo, inilagay ni E-Z ang wheelchair niya sa rampa. Nang muling itinayo ang bahay, nag-imbento si Tiyo Sam ng bagong shower para sa kanya. Nagbigay ito sa kanya ng mas maraming kalayaan. At nakakaaliw! Katulad ng pagligo ng kotse.

Inaabot niya ang taas, at ipinasa niya ang kanyang mga braso at leeg sa mga strap. Pindot niya ang isang buton para makausad siya pasulong, at susunod ang kanyang silya. Agad na bumuhos ang tubig. Nililinis ang kanyang katawan at damit nang sabay. Paminsan-minsan, may pumipitik na shower gel o shampoo, na sinusundan ng tubig para banlawan ito.

Nang malinis na siya, nagpatuloy siyang umusad at pinatakbo ang mekanismong pampatuyo. Pinatuyo nito siya at ang kanyang mga damit at ginawang walang kulubot ang mga ito sa loob ng ilang minuto.

Nang marating niya ang dulo, inalis niya ang kanyang sarili sa mga strap, at bumaba sa kanyang upuan. Tiningnan niya ang sarili sa salamin. Ang ganda na ng itsura ng kanyang buhok na hindi na niya kailangang suklayan pa. Umalis siya at bumalik sa kanyang silid. Nang makita niya ang kanyang mga kaibigan, kumabag ang tiyan niya, at siya ay sumuka.

"Pasensya na," sabi niya. "Pasensya na talaga."

Yakapin siya nina Lia at Alfred. Hindi nila inintindi ang suka. Ang mga tapat na kaibigan ay hindi nag-aalala sa mga bagay na ganoon.

Kumuha si Sam ng mangkok at tubig para punasan ang kanyang pamangkin.

Nagpasalamat si E-Z sa tulong at ito ay nagbigay sa kanya ng oras para pag-isipan kung ano ang sasabihin niya at kung paano niya ito sasabihin.

"Salamat, Kuya Sam. Uh, may sasabihin ako sa'yo. Hindi ito maganda pakinggan."

"Ituloy mo," sabi ni Alfred.

"Nandito kami para sa'yo," sabi ni Lia.

"Umupo ka, Kuya Sam."

Pinakinggan nila ang lahat nang hindi man lang nagsalita.

"Sama ako," sabi ni Alfred.

"Ako rin," sabi ni Lia.

"Ako rin," sabi ni Sam.

"Sang-ayon," sabi ni E-Z. At isang sandali lang, pabalik na siya sa puting silid. O iyon ang inaasahan niyang pupuntahan niya.

Mas mabuti kahit saan kaysa sa pulang silid. Kahit saan man.

KABANATA 28

ANG PUTING SILID

Para bang kakaiba ang puting silid nang tumapak siya sa lupa.

Ramdam ni E-Z ang labis na tuwa nang makabalik siya sa ginhawa ng puting silid. Kung saan maaari siyang maglakad-lakad. Haplusin ang mga libro. Amuyin ang mga ito. Ngunit may kakaiba. May hindi tama.

Pinakalma niya ang sarili. Napansin niyang nanginginig ang kanyang mga kamay. Nanlalamig ang kanyang mga tuhod. Ngayon, nanlalaglag na ang kanyang mga ngipin.

Yinakap niya ang sarili, hinahangad sana na dinala niya ang kanyang dyaket. Naghintay siya, inaasahan na may darating. Hindi dumating.

"Ano ang lugar na ito?" tanong niya.

Walang sagot.

"Cheeseburger, na may fries," sabi niya.

Walang nangyari.

"Chop suey, na may egg roll," sabi niya, nang may mas matigas na tono.

"Gusto kong malaman kung nasaan ako!" sigaw niya.

Wala.

Wala talaga.

"Rosalie?" tawag niya. "Nandiyan ka ba? Eriel? Raphael? Sinuman? Hadz? Reiki?"

Wala pa ring nangyari.

Hindi man lang isang magalang na

PFFT

para mapakalma siya.

Ang pamilyaridad ng mga libro ang tanging angkla na humahawak sa kanya sa lugar na ito. Lumapit siya sa hagdan, inilagay ito sa ilalim ng mga D. Inaasahang makita si Charles Dickens, sinimulan niyang umakyat. Sa halip, natuklasan niya na ang bawat aklat na nahawakan niya ay may kinalaman sa mundo ng paglalaro.

Ano'ng ibig sabihin nito?

At wala sa mga aklat ang may pakpak. Lahat ay bago. Parang walang nakapuklat sa mga ito dati.

Halos mahulog siya sa hagdan nang may boses na nagsabi,

"E-Z Dickens – hindi ito ang puting silid na kilala mo. Kopya lang ito. Ipinadala ka rito para magsaliksik. Ang bawat aklat na kailangan mo ay nasa iyong mga kamay. Ang bawat aklat ay dapat basahin at suriin nang buo."

"Hindi ko kayang basahin nang mabilis ang lahat ng mga aklat na ito; aabutin ako ng maraming taon para matapos ang lahat ng ito!"

"Kaya nga, bibigyan ka ng karagdagang kapangyarihan. Isang kapangyarihan na magiging epektibo lamang sa loob ng silid na ito. Basahin mo na. Mabilis. Matindi. Isaisip mo ang lahat."

Nang matigil ang tinig na iyon, may isa pang nagsimula, "Sampu, siyam, walo, pito, anim, lima, apat, tatlo, dalawa, isa. Ngayon, basahin mo si E-Z Dickens. Bilisan mo."

Binasa nang mabilis ni E-Z ang bawat aklat.

Pagkatapos niyang matapos ang isa, agad na may isa pang nahulog sa kanyang mga kamay. Sunod pa isa, at isa pa.

Binasa niya silang lahat, hanggang sa hindi na siya makabasa pa.

Umaasa siyang hindi sasabog ang ulo niya!

Pagkatapos ay bumagsak siya sa pader, napadukdok sa isang sulok at umiyak habang nabubuo ang isang plano sa kanyang isipan.

Naisip niya ang ideya nang maisip niya sina PJ at Arden. Bakit inilagay sila ng Ang mga Furya – mga Diyosa ng Paghihiganti –

sa koma imbes na si Tagahuli ng Kaluluwa? Nasa laro sila – palagi silang naglalaro, bakit hindi na lang sila pinatay?

Ganito ang plano: Siya at ang kanyang koponan ay mag-iimbento ng sarili nilang multiplayer na laro. Kilala ni Sam ang mga taong makakatulong sa industriya. Kapag sumalakay na Ang mga Furya – mga Diyosa ng Paghihiganti – para kunin ang kanilang mga kaluluwa, doon nila sila papabagsakin.

Nais sana niyang nandiyan sina Arden at PJ para makipaglaro sa kanya – dahil tatangkilikin siya nila. Ayos lang iyon, tatangkilikin din naman niya sila. Ililigtas niya sila at papalalayain.

Umiikot-ikot siya, pinag-iisipan nang mabuti ang lahat. May isang aspeto na hindi gagana. Kung aakitin niya ito sa isang laro, at tatanggihan nitong pumatay – mahahalata siya. At baka mapahamak pa ang iba.

Hindi naman niya puwedeng sabihan ang lahat ng manlalaro sa mundo na tumigil na sa paglalaro. Kung sasabihin niya sa kanila ang totoo, tungkol sa tatlong diyosa na sinusubukang nakawin ang kanilang mga kaluluwa, ipapakulong siya nila.Gayunpaman, iyon lang ang ideya. Ang tanging malinaw na landas na nakikita niya para talunin Ang mga Furya – mga Diyosa ng Paghihiganti – sa sarili nilang laro.

Dahil wala na siyang maisip na mas mabuti, sinabi niya, "Labas mo ako doon."

At ganoon lang, mag-isa na siya sa totoong puting silid kasama sina Rosalie at Raphael. Nagtaka siya kung nasaan si Eriel, hindi naman niya siya nami-miss.

"Sige, may naiisip na akong ideya. Isang uri ng plano," sabi niya. "Pero hindi ako sigurado kung gagana ito. Kailangan ko ang mga sagot sa dalawang tanong. At may hiling ako para sa ikatlo – hindi ito puwedeng pag-usapan."

"Itanong mo na," sabi ni Raphael.

"Una, maililigtas ko ba ang mga matalik kong kaibigan na sina PJ at Arden kung haharapin natin Ang mga Furya?"

Nag-aatubili si Raphael bago nagsalita. "Kung magtatagumpay ka, walang dahilan kung bakit hindi maliligtas ang mga kaibigan mo."

"Tapat ba ang puso mo?" tanong niya.

Ginawa niya iyon.

"Gaya ng hinala ko, dahil sa Ang mga Furya ang kalagayan nila. Tama ba?"

"Oo, naniniwala kaming totoo iyon. Suwerte ang mga kaibigan mo dahil buo pa ang kaluluwa nila. Ang hindi namin maintindihan ay kung bakit, kung sila nga ang tinarget ng Ang mga Furya. Sa bawat ibang kasong alam namin, kinuha nila ang kaluluwa ng mga bata. Wala kaming ibang alam na katulad ng mga kaibigan mo na nanatiling buhay sa komatose na kalagayan."

"May ideya rin ako tungkol diyan, pero ang kailangan kong malaman ay, kung matatalo Ang mga Furya – mga Diyosa ng Paghihiganti, ano ang mangyayari kina PJ at Arden? Ano ang mangyayari sa lahat ng mga batang ang kaluluwa ay nasa Tagahuli ng Kaluluwa na? Hindi naman dapat sila mamatay. At ano ang mangyayari sa mga walang tirahang kaluluwa?"

"Sa ngayon, ginagamit ng Ang mga Furya – mga Diyosa ng Paghihiganti – ang kapangyarihan ng internet. Binibigyan sila nito ng access sa mga puso at tahanan ng bawat tao sa planeta. Para kayong lahat ay nag-iwan ng inyong mga pinto at bintana na nakabukas – kaya kahit sino ay makakapasok. Totoo na tatlo lang Ang mga Furya – mga Diyosa ng Paghihiganti – pero napakalakas ng kanilang kapangyarihan. Sila ay mga nilalang sa mitolohiya, mga diyosa na ang pinagmulan ay mula pa kay Zeus. Narinig mo na si Zeus, hindi ba?"

"Nabasa ko na siya ang diyos ng langit at ama ng Tatlong Grasya. Matutulungan ba kami nila, kung ibabalik mo sila?"

"Hindi kasama si Zeus rito. Ganoon din ang kanyang mga anak na babae. Hindi naglalaro sa oras ang mga arkanghel. At palagi naming pinaniniwalaan na ang mga Tagahuli ng Kaluluwa ay banal. Hindi matutuwiran. Hanggang ngayon."

"Maganda, kaya iniisip mong naging target ng Ang mga Furya ang mga kaibigan ko, pero hindi ka naman talaga sigurado. Hindi higit pa kaysa sa akin, di ba?"

"Tama. Dahil hindi ko masasabing isang daang porsyentong oo o hindi. Kung naglalaro ang mga kaibigan mo. Ibig kong sabihin, pagpatay sa loob ng laro... Pagkatapos, matutugunan nila ang pamantayan ng Ang mga Furya. Pero kung gusto na nilang patayin sila – patay na sila. Maliban kung... hindi, wala namang katuturan iyon. Ibig sabihin alam nila tungkol sa iyo at sa iyong koponan. Walang paraan para malaman nila. Pinanatili naming lihim ito. Kung alam nga nila, pinananatiling buhay ang mga kaibigan mo bilang pantutusta. Ibig mong sabihin bilang pantaw? Posible, sa totoo lang hindi ko alam. Tulad ng sinabi ko, inililihim namin ang lahat tungkol sa iyo at sa iyong koponan. Kami, kasama ako at ang iba pang mga Arkanghel, ay gagawin ang lahat para protektahan ka. Ang mga Furya – mga Diyosa ng Paghihiganti – ay binigyan ng kapangyarihan sa paglipas ng mga siglo. Ngunit hindi pa nila kailanman tinarget ang mga inosenteng bata. Hindi pa nila kailanman binaluktot ang kanilang layunin para umangkop sa kanilang sariling mga hangarin."

"Ano ang kanilang mga layunin?" tanong ni E-Z.

"Iyon ang hindi namin alam."

Sabi ni E-Z, "Kaya kailangan nating magkaroon ng pinakamagandang tsansa, para manalo laban sa kanila."

"Eksakto, pero araw-araw ay nagnanakaw sila ng mas maraming kaluluwa ng mga bata, at pinapabilis nila ang proseso."

"Pinapabilis, ng gaano?" tanong ni E-Z.

"Libu-libo, sa tingin namin, pero malapit nang maging milyon-milyon. Malapit nang maging huli na para pigilan sila."

"Sige, naiintindihan ko kung ano ang nakataya rito, pero bata pa lang kami at ayaw naming pumasok nang bulagsam. Kamortyal din kami, ganoon din sila. Kailangan nating mag-isip, isaalang-alang lahat ng opsyon bago namin isugal ang aming mga buhay."

"Naiintindihan namin at gaya ng sinabi ko, aakayin namin kayo."

"Ngayon, sa susunod kong tanong, gusto kong malaman kung ano ang dapat kong gawin sa isang sampung taong gulang na Charles Dickens?"

"Ah, iyan," sabi ni Raphael. "Una sa lahat, wala kaming kinalaman sa kanyang reinkarnasyon. May teorya kami, bukod sa sinabi namin sa iyo, ibig sabihin, tinawag mo siya. Nagtataka kami kung ang kanyang pagbabalik ay isang pagkakamali sa kanilang bahagi. Marahil binuksan ng sansinukob at ipinadala siya para tulungan ka, bilang isang ekilibriyo. Pagkatapos ng lahat, kamag-anak ka niya sa dugo. At siya ay isang tagapagsalaysay, at isang dalubhasa sa banghay. Maaaring mayroon siyang mga kasangkapan at pananaw na hindi mo pa alam para tulungan kang talunin Ang mga Furya – mga Diyosa ng Paghihiganti."

Maingat na pinili ni E-Z ang kanyang mga salita. "Pero bata pa siya. Wala pa siyang naisulat na kahit ano. Magiging sagabal siya at galing siya sa ibang panahon at baka mapanganib para sa atin at sa misyon natin."

"Depende," sabi ni Raphael. "Maaari siyang maging lihim na sandata. Nandito siya para sa iyo. Kung maniwala ka sa kanya. Na ipinanganak siya para maging manunulat. Pag siya ay sampung taong gulang, taglay na niya ang lahat ng kinakailangang kasanayan. Gamitin mo siya sa iyong kalamangan kung pipiliin mong gawin iyon."

Piniga ni E-Z ang kanyang mga kamao. "Sinasabi mo bang gamitin natin ang pinsan ko bilang pain?"

Tumawa si Raphael at lumipad-lipad, na nagdulot ng hindi kailangang simoy ng hangin.

"Makakatulong kung ititigil mo na ang sobrang pakpak," sabi ni Rosalie. "Nakasuot ako ng maraming sweater, pero parang hindi pa rin ako mainit dito. Gusto ko na sanang umuwi ngayon, nga pala. Pumayag na sina E-Z at ang iba pa kaya nagawa ko na ang bahagi ko. Ngayon, paalam na. Hayaan ninyong umuwi ako."

BINGO.

Naglaho si Rosalie at bumagsak pabalik sa kanyang silid. Nakipag-usap siya kay Lia sa kanyang isipan, sinabi niyang nakauwi na siya nang walang galos at matutulog muna siya sandali.

Naalala ni E-Z ang isa pang hindi puwedeng ipagkasundo na hinihingi.

"Gusto ko sina Hadz at Reiki na kasama ko, sa aming koponan."

Ngumiti si Raphael. "Sina Hadz at Reiki ay nakatali kay Eriel sa pamamagitan ng ating pinuno na si Michael."

"Pabayaan mong kausapin ko siya. Tinulungan kami ng dalawa. Darating sila kapag tinawag ko. Kung lalaban tayo sa sinaunang kasamaan, kailangan natin ang dalawa sa ating panig para tulungan tayo."

"Hindi makausap ni Michael kayo. Gayunpaman, iparating ko ang kahilingan ninyo. Kung sa tingin niya ay kinakailangan, ipapaalam niya sa akin at ipapaalam ko naman sa inyo. May iba pa ba?"

"Oo. Kailangan kong malaman kung paano mawala . Dapat ba naming patayin sila? Ibalik sila sa kinaroroonan nila? Ano ba talaga ang gusto ninyong ipagawa sa amin sa mga diyosang ito?"

"Gipilan ninyo sila, hawakan ninyo sila – at kami na ang bahala sa iba pa. Kung magtatagumpay ang plano ninyo, dapat makuha na natin ang kontrol sa Tagahuli ng Kaluluwa. Ibabalik natin sa dati ang lahat."

"Paano naman ang mga namatay nang maaga?"

"Magiging pantay-pantay ang lahat...kapag napigilan na ang mga kaaway."

"Bago mo ako isauli," sabi ni E-Z, "kailangan ko ng kapalit, isang kasiguraduhan na hindi niyo na kami muling susubukan. Ang pagbibigay ninyo kina Hadz at Reiki ang dapat sanang naging kasiguraduhang iyon, pero dahil hindi ninyo iyon maibibigay sa akin, kailangan ko ng iba pa. Isang bagay na maaari kong ibalik sa iba at sabihin, 'ito ang patunay na hindi nila kami muling sasalikutan gaya ng dati.'"

"Ano naman?"

"Sapat na ang salamin mo," sabi niya.

Lumuhod si Raphael, tumigil sa pag-uga ang kanyang mga pakpak at umatras. "Hindi iyon, kahit ano pa maliban diyan," sigaw niya. "Kung wala ang salamin ko, wala akong magawa para sa'yo at para sa kahit sino."

"Pinipilit ng mga arkanghel si Rosalie rito laban sa kanyang kalooban. Ginamit nila siya para maabot ako. Binago ninyo ang isip ninyo tungkol sa mga pangakong ginawa, kinansela ang mga pagsubok ko..."

Hinipo niya ang gilid ng kanyang salamin, saka niya ito tinanggal. Sa kanyang mga kamay, ang salamin ay naging ahas, isang pulang ahas na gumapang patungo sa braso ni E-Z, at umakyat nang umakyat.

"Ano'ng—!" sigaw ni E-Z, habang patuloy na umaakyat ang ahas sa kanyang leeg. Lampas sa dulo ng kanyang baba. Gumapang ito sa kanyang masikip na labi. Pataas at lampas sa kanyang ilong. Pagkatapos ay nahati ito sa dalawa, at binalot ang magkabilang dulo sa bawat tenga nito. Pagkatapos ay bumalik ito sa orihinal nitong anyo na kumikibot-kibot na salamin.

"Sa'yo na ngayon ang salamin ko, ano man ang gawin mo – huwag mong hayaan na kunin ito sa'yo ng Ang mga Furya – mga Diyosa ng Paghihiganti. Kung mangyari iyon, tayo'y lahat ay mapapahamak."

"Sandali!" sabi ng boses mula sa pader. "Paano kung matalo ka? Bata pa naman kayo."

"Hindi ko maipapangako ang tagumpay – pero ibibigay namin ang lahat ng makakaya namin. Pero magiging mabuti kung malalaman namin na, kung kakailanganin namin ang tulong mo, gagamitin mo ang iyong mga kapangyarihan para tulungan kami."

"Bukás," ang malakas na boses ay nagsabi.

Nasa wheelchair na muli si E-Z sa kanyang silid, na kumikibot sa kanyang mukha ang pulang salamin.

"Kailangan mong tigilan iyan," sabi ni Uncle Sam, na inaayos ang kama ng pamangkin niya. "Bago ko makalimutan, binisita namin ni Sam si PJ at Arden ngayon habang nagsi-checkup kami sa ospital. Nakasalubong namin ang tatay ni PJ; binigyan niya kami ng update. Magkasama na sila ngayon sa isang kuwarto sa ospital, pero wala pang pagbabago sa kalagayan ng dalawa."

"Salamat, balak ko rin silang tawagan. Sige, lahat, magtipon kayo."

KABANATA 29

ANO ANG GAGAWIN?

"Kailangan mo ba akong manatili?" Tumigil si Sam. "Kasi inaantay ako ng asawa ko para masahehin ang mga paa niya. Malalapit na siyang manganak kaya hindi puwedeng pabayaan siyang naghihintay."

"Uh, sige, alagaan mo na lang siya," sabi ni E-Z. "Istorya ko na lang sa'yo ang mga detalye mamaya."

Yakapin ni Lia si Sam.

"Salamat," sabi ni Sam habang sinasarado niya ang pinto sa likod niya.Tumunog ang kampanilya sa harap.

"Ako na!" sigaw ni Sam, habang tumatakbo siya papunta sa harap na pinto.

"Marami siyang iniisip," sabi ni E-Z.

"Mas magiging madali kapag dumating na ang baby," sabi ni Lia.

"Mas magiging magulo," sabi ni Alfred. "Pero huwag muna nating isipin iyon ngayon."

"So, ano na ang pinakabago?" tanong ni Lia.

"Magsimula tayo sa mga positibo kung mayroon man. Sana nga ay may ilan," sabi ni Alfred.

"Ang magandang balita, may naiisip akong ideya. Ang masamang balita, wala akong ideya kung gagana ito laban sa ating mga kaaway. Kilala sila bilang Ang mga Furya. Narinig na ba ninyo sila? Kilala ko ang pangalan mula sa mitolohiya, at tampok sila sa ilang laro."

Umiling si Lia.

Sinabi ni Alfred, "Narinig ko na sila, pero matagal na iyon. Sa tingin ko nabasa natin sila noong mataas na paaralan pa, noon. Naalala ko lang na masama sila – tatlo ba sila? At hindi ba sila mga diyosa? May larawan ako ni Medusa sa isip ko. Magkakapamilya ba sila?"

"Mas malala sila. Mas malala talaga dahil tatlo sila," sabi ni E-Z. "Nang magsuka ako, ayun, kasunod lang iyon ng pangalawa kong engkwentro sa kanila. Sa unang engkwentro, nasa biyahe kami nina Hadz at Reiki. Tinawag nila itong munting pagre-recon. At huwag kang mag-alala, nakatago kami, pero marami akong nalaman. Naglatag sila ng himpilan sa Death Valley. Gaya ng hinala namin, tinatarget nila ang mga bata. Sa mundo ng paglalaro. Lia, tinanong mo kung ano ang layunin nila... Ito ay para itulak ang mga bata sa sukdulan. Mga batang kasing-edad namin, at mas bata pa. Kapag nakuha na nila sila, ninanakaw nila ang kaluluwa nila. At inilalagay nila ito sa Tagahuli ng Kaluluwa na para sa ibang tao. Kaya, kapag namatay sila, wala nang mapupuntahan ang kaluluwa nila."

"Nakakadiri!" sabi ni Lia.

"Kaya, kapag namatay ang tunay na may-ari ng Tagahuli ng Kaluluwa, ano ang nangyayari sa kaluluwa nila? Ibig kong sabihin, kung ang kaluluwa nila ay walang mapupuntahan – walang tahanan, walang langit – ano ang nangyayari sa kanila?" tanong ni Alfred.

"'Yun nga ang problema. Wala silang walang hanggang pahingahan – kaya kapag namatay sila, naglilibot-libot na lang ang kaluluwa nila. 'Yun ang pinakamaikling bersyon, kahit papaano. At kailangan nating pigilan Ang mga Furya – mga Diyosa ng Paghihiganti at kailangan nating pigilan sila agad."

"Paano nila kinukuha ang kaluluwa ng mga bata? Hindi ko maintindihan," tanong ni Lia.

"Ako rin," sabi ni Alfred. "Mga bata, lalo na yung mahilig maglaro, ay bihasa sa kompyuter. Paano nila pinapahamak ang kanilang sarili? Paano nakakapasok Ang mga Furya – mga Diyosa ng Paghihiganti sa kanila sa kanilang sariling mga tahanan, sa ilalim mismo ng ilong ng kanilang mga magulang?" Sandaling nag-isip siya, "Sila ba ang may pananagutan sa pagka-koma nina PJ at Arden?"

"Sige, unahin muna natin ang tanong ni Lia. Ang mga Furya – mga Diyosa ng Paghihiganti ay dinedemanda ang mga hindi nadedemanda – iyon ang naging layunin nila mula pa noong unang panahon. Ang pangunahing sandata nila ay palaging pagsisisi. Pinaparamdam nila sa mga tao ang pagkakasala. Ang pagsisisi sa pagkakagawa ng mali. At kapag nagawa nila iyon, kinokontrol nila sila. Pinapabaliw nila sila, pinapahamak nila ang sarili.

"Naikwento ko na sa'yo yung batang pumunta sa bahay ko at sinubukang barilin ako? Sabi niya may nagsabi sa kanya sa laro na papatayin nila ang pamilya niya kung hindi niya ako pinatay. Napapagawa nila sa kanya na habulin ako dahil sa mga ginagawa niya sa loob ng laro. Kailangan ko pa ng pahiwatig mula kay Eriel para maiugnay iyon. Mukhang kakaiba noon, pero hindi agad pumasok sa isip ko. Ganyan nila ginagawa. May batang naglalaro ng laro at para umangat sa laro, kailangan niyang pumatay ng tao, o mag-mas mass murder pa, o, sige na, naintindihan mo na. Sa totoong buhay, mga kasalanan ang mga ito at labag sa batas, pero sa loob ng laro, bahagi lang sila ng gameplay. Sa karamihan ng mga laro, iyon lang ang layunin."

"Sandali," sabi ni Alfred. "Sinasabi mo bang pinaparusahan nila ang mga bata sa laro na para bang nagmamadala sila sa totoong buhay?"

"Tama," sabi ni E-Z. "Iyon mismo ang ginagawa nila. Paano nila ginagamit ang industriya ng paglalaro para bigyang-katwiran – hindi, sa tingin ko hindi iyon ang tamang salita. Ibig kong sabihin, para aprubahan ang kanilang mga ginawa sa pagkuha ng kaluluwa ng mga bata."

Pinikit ni Lia ang kanyang mga kamay at piniga ang mga ito. Pagkatapos ay ginamit niya ang mga ito para takpan ang kanyang mga tenga na para bang ayaw na niyang makinig pa. "Tama ka nang todo, E-Z. Wala tayong ibang pagpipilian – kailangan talagang pigilan ang mga mangkukulam na iyon. Mas maaga, mas mabuti."

"Alam ko," sabi ni E-Z, "pero hindi ito magiging madali. Mga diyosa sila, na kilala rin bilang Ang Mga Anak ng Kadiliman at Erinyes. Ang pangunahing layunin nila ay parusahan ang masasama at sa loob ng isang laro – lahat ay masasama. Iyon lang ang paraan para umusad sa laro."

"Sinabi mong may plano ka, ano iyon?" tanong ni Alfred.

"Una, tungkol sa tanong mo tungkol kina PJ at Arden. Ang kutob ko ay oo ang sagot. Pero tinanong ko si Raphael kung maaari niyang kumpirmahin. Sabi niya hindi niya maipapangako nang daang porsyento kung isa o hindi. Dahil Ang mga Furya – mga Diyosa ng Paghihiganti – ay hindi pa, sa kanilang kaalaman, kailanman tumangging magnakaw ng kaluluwa. Lalo na't dalawang kaluluwa. Ah, isang bagay pa ang kailangan kong sabihin sa'yo, sa Death Valley, may libu-libong Tagahuli ng Kaluluwa. Marahil higit pa sa libu-libo at dumarami araw-araw. Hanggang sa makita ng mata." Tumigil siya, na para bang nasa lalamunan na ang puso niya at pinunasan ang isang luha.

"Mahirap itong masaksihan. Napaka-pinagplanuhan at sinadya ng ginagawa nila. Ang hindi ko lang maintindihan, ano'ng pakinabang nila rito. Ibig kong sabihin, tama sina Hadz at Reiki sa pagdadala sa akin roon para makita ko. Kung sinabi lang nila sa akin, nang hindi ipinapakita... hindi ito kasing tindi ng tama sa akin. Ay, at sabi ni Raphael, araw-araw nilang dinadagdagan ang kanilang kinukuha. Kaya, wala na tayong masyadong oras para magpaligoy-ligoy at mag-isip. Kailangan natin ng plano, at kailangan na nating kumilos."

"Kamortal ba sila?" tanong ni Alfred.

"Oo, pantay tayo roon," sabi ni E-Z. "Kaya, ang plano kong naisip ay gumawa tayo ng sarili nating laro. Puwedeng tumulong si Uncle Sam. Kapag naglalaro ako para ipagyabang ang mga patay na nakuha ko, saka darating Ang mga Furya – mga Diyosa ng Paghihiganti para kunin ako. Kapag nangyari iyon, huhulihin natin sila at papatayin sa laro. Akala ko mababawasan ang kanilang mga kapangyarihan sa laro. Pero naisip ko naman – paano kung sa akin din."

"Hindi natin malalaman, hanggang sa huli na ang lahat," sabi ni Alfred.

"Tama. Habang mas iniisip ko ito, lalo itong nagiging hindi epektibo. Hindi pa kasama roon na kung sakaling nandiyan sina PJ at Arden, na nakatali sa limbo, hanggang sa makontrol nila... Aba, pwede nilang kunin ang kaluluwa nila. At mawawala natin sila."

"Ibig mong sabihin, baka patibong ito?" tanong ni Lia.

"Eksakto."

"Marami kang binigay sa amin na pag-iisipan," sabi ni Alfred. "Sa tingin ko, dapat matulog muna tayo, pag-isipan itong mabuti, at pag-usapan ulit bukas."

"Hindi ako sigurado kung makakatulog ako," sabi ni Lia, "pero sang-ayon ako, magpahinga muna tayo. Kailangan kong mag-isip kung gaano kalaki ang panganib na papasukin natin. Kailangan nating siguraduhin na nandyan tayo para sa isa't isa."

"Sige," sabi ni E-Z. "Samantala, titingnan ko kung makabubuo ako ng Plan B. Umalis si Lia sa silid at isinara ang pinto sa likod niya. Nagtataka ako kung sino ang nasa pintuan kanina?" tanong ni E-Z.

"Pwede nating itanong kay Sam bukas ng umaga, malamang abala pa rin siya sa pag-aasikaso sa paa ng misis niya."

Nagtawanan sila. "Ayos 'yang plano," sabi ni E-Z. "Mag-ingat ka, Alfred."

"Ikaw din, E-Z."

KABANATA 30

OOOH, BEBE, BEBE!

"Papanganak na!" sigaw ni Sam makalipas ang ilang oras.

Habang pababa sa pasilyo, hinawak niya ang kamay ni Samantha sa isang kamay. Nakasabit sa kanyang balikat ang isang overnight bag. Kinuha niya ang susi ng kotse.

"Hindi ka magmamaneho, love," sabi ni Samantha, habang ibinababa muli ang susi sa counter.

Lumabas si E-Z sa pasilyo. "Gusto mong samahan ka namin?"

"Ayos lang ako," sabi ni Samantha. "Mahimbing pa rin ang tulog ni Lia."

"Gigisingin ko siya at susamahan ka namin sa ospital, ha?"

Lumingon si Lia sa balikat niya, "Nakataxi na ako. Hindi siya ang magmamaneho."

Ngumiti si Sam, "Siya ang boss."

"Magkita-kita tayo," sabi ni E-Z. "Sandali, sino iyon sa pinto kagabi?"

"Si Rosalie iyon. Pagod na pagod siya, kaya pinatulog namin siya sa silid-panauhin."

"Sige, salamat," sabi ni E-Z.

Habang naglalakad siya sa pasilyo papunta sa silid ni Lia, iniisip kung ano ang ginagawa ni Rosalie doon, kumatok siya sa pinto.

"Ako ito, Lia," sabi niya. "Papunta na sa ospital sina Nanay at Tito Sam. Malalabas na ang baby!"

May ingay muna, saka binuksan ni Lia ang pinto. Ang lampara sa tabi ng kama niya ay nasa sahig. "Sandali lang, handa na ako," sabi niya. Isinara niya ang pinto.

Tumungo siya sa silid-panauhin. Sumilip siya at tama si Sam, mahimbing ang tulog ni Rosalie.

Bumalik siya sa kanyang silid, nagbihis at sinikap na hindi gisingin si Alfred. Hindi pinapayagan ang mga swans sa ospital kaya ang paggising sa kanya ay magiging malupit – mararamdaman niyang naiwan siya. Nagsulat siya ng isang tala na nagsasabing natutulog si Rosalie sa silid-panauhin at alagaan siya hanggang sa makabalik sila. Sabihin mong kumportable ka lang dito, isinulat niya. Iniwan niya ang tala para hindi ito makaligtaan ni Alfred kapag nagising na siya.

Isinara at sinara ni E-Z ang pinto sa likod niya, pagkatapos ay sumakay sila ni Lia sa nakahandang taxi at dumiretso sa ospital.

Sinundan nila ang mga karatula at agad nilang nahanap ang ward para sa mga sanggol. Nandoon si Sam, nag-aalburuto pataas-pataas tulad ng mga naghihintay na ama sa telebisyon.

"Ayos ka lang ba?" tanong ni E-Z.

"Kamusta si mama?" tanong ni Lia.

"Salamat sa inyong dalawa sa pagdating," sabi ni Sam.

Nanginig ang kamay niya nang subukan niyang uminom ng tubig mula sa bote. "Mabuti lang si Samantha. Ibig kong sabihin, naranasan na niya ito dati kasama ka, Lia, kaya alam niya kung ano ang aasahan at ako... Hindi ko alam kung kakayanin ko ito. Ang kursong kinuha namin para maging handa ngayon ay maganda – pero ibang-iba ang realidad. Ayoko ng ospital."

"Lahat ay ayaw sa ospital," sabi ni E-Z. "Pero kapag pumasok sila sa mga pintong iyan at sinabing kailangan ka... Diyan mo kailangang magpakatatag at pumasok para tulungan ang asawa mo. Tandaan mong isa kayong koponan, magkasama kayo rito. Kaya mo 'to!" Hinaplos niya sa likod ang kanyang tiyuhin.

"Alam ko."

Inihilig ni Lia ang ulo sa balikat ni Sam. "Magagawa mo 'yan."

Dumating ang isang nars. "Kailangan ka ng asawa mo. Hindi na magtatagal. Dadalhin kita para mag-scrub, at pagkatapos, makakasama mo na ang asawa mo kapag inilabas na namin siya."

Tumango si Sam at umalis na siya.

Ang huling tingin sa mukha niya ay nagpapaalala kay E-Z ng isang taong nakatayo sa harap ng firing squad.

"Maiiayos din ang lahat," sabi ni Lia, habang hinahaplos ang kamay ni E-Z.

Makaraan ang ilang oras, bumalik si Sam sa kanila na nakangiti nang malapad. "May isa pa akong anak na babae," sabi niya, "at isang anak na lalaki!"

"Dalawang sanggol?" magkasabay na sabi nina Lia at E-Z.

"Oo, dalawa. Isa lang kasi ang nakita namin sa scan."

"Kamusta si mama?"

"Ang galing niya! Kahanga-hanga!"

"Pwede ba naming makita siya? At ang mga sanggol?"

"Bigyan niyo lang sila ng ilang minuto, para makapaghanda sila. Pagkatapos, makikilala mo na ang kapatid mong lalaki at babae, Lia, at E-Z, makikilala mo naman ang mga pinsan mo."

"Alam niyo na ba kung ano ang ipapangalan ninyo sa kanila?" tanong ni E-Z.

"Oo, pero sabay namin kayong sasabihan."

"Sige na," sabi ni E-Z.

"Dalawang sanggol, sa bahay na iyon – kasama pa ang iba," sabi ni Lia.

"Iyon din ang naiisip ko. Punô na ang bahay... pero kakayanin natin. Palagi naman."

Nag-upo silang magkasama at naghintay.

KONKLUSYON

Ilang linggo ang lumipas at Enero na, ika-17. Dumating at lumipas na ang Pasko nang may karaniwang karangyaan at kasaganaan, gayundin ang pagsalubong sa bagong taon. Lumipas na naman ang isang taon para kay E-Z, siya ay naging labing-anim na taong gulang, at magkakasama ang barkada sa kanyang silid. Kasama rin nila si Charles Dickens sa pamamagitan ng Facetime.

Sa kabilang dulo ng pasilyo, nag-aaway ang kambal – sina Jack at Jill. Sina Sam at Samantha ay nasasanay pa rin sa bagong rutina ng mga bagong dating. Wala sa bahay ang nakakatulog nang mahimbing, hanggang sa nabuksan nila ang kanilang mga regalo sa Pasko. Sina E-Z, Lia, at pati si Alfred ay nakatanggap ng mga headphone na pumipigil sa ingay.

Naisip-isip ni E-Z ang ibang paraan para matalo nila Ang mga Furya. Bukod sa ideya niyang habulin sila sa laro. Iilan lamang ang ibang opsyon na lumilitaw.Habang natutulog ang iba, nakipag-usap siya nang ilang beses kay Charles online. Sa tingin ni Charles, ang pagdaig sa kanila sa sarili nilang laro ay 'sobrang astig.'

Medyo nag-aalala si E-Z sa iba pang mga salitang itinuturo ng mga tagahanap ng metal kay Charles. Nagpasya silang dalawa na ikwento sa grupo ang kanilang mga diskusyon tungkol sa kung paano itutuloy ang ideya sa paglalaro.

"Madali lang," sabi ni Charles Dickens. "Nag-usap kami ni E-Z sa telepono noong isang araw at naisip namin kung ano ang maaaring gumana. Kung may alam sila tungkol sa Tatlo – ibig kong sabihin, nasa buong internet kayo – malalaman nila tungkol sa inyo. Pero hindi nila malalaman tungkol sa akin. Hindi naman na matatakot sila sa akin. Bagaman minsan nang isinulat ni Edward Bulwer-Lytton, 'mas makapangyarihan ang panulat kaysa sa espada.' Sa kasong ito, sana totoo nga iyon. Kaya, nag-eensayo ako kasama ang mga kaibigan kong tagahanap ng metal. Naisip namin na ang pinakamagandang laro para mapasali sila ay isang umiiral nang laro. At sa tingin namin, alam namin kung ano ang perpektong laro. Ang pangalan nito ay The PK Crew. Ang rating ng laro ay 13+ o 12+ sa ilang lugar at libre ito. Ang layunin ng laro ay patayin ang lahat, kasama na ang pamilya at mga kaibigan mo. May premyo ka sa bawat pagpatay, pero kapag pinatay mo ang mga malalapit sa'yo, mas maraming puntos ang makukuha mo. Mas maraming pera. Kahit katanyagan sa loob ng laro. Ang litrato mo sa PK TV. Sa unang pahina ng pahayagang The Peachy Keen Times. Nagaganap ang laro sa isang kathang-isip na bayan na tinatawag na Peachy Keen. Ito ang perpektong bitag – at ito ang larong kami mismo ang maglulunsad. Magpapanggap akong labindalawang taong gulang, papasok sila sa laro at nandoon na k ayo."

"Sapat na ang kaligtasan niyan," sabi ni E-Z, "ang ibig kong sabihin, patay ka na – ibig kong sabihin sa nakaraang buhay mo – kaya hindi ka na nila kayang patayin."

May kumatok sa pinto, "Bukas ito," sabi ni E-Z.

Biglang tumalon si Lia at niyakap si Rosalie. "Buti't gising ka na," sabi niya habang sumisiksik sa makapal na sweater ng kaibigan. Naging mahalagang bahagi na ng kanilang koponan si Rosalie. Gayunpaman, pinayagan lamang siyang manatili kasama nila ng isang araw pa. Pagkatapos noon, kailangan na niyang bumalik sa tahanan.Habang papunta siya sa upuan sa kabilang dulo ng silid, pinahapuhap niya sa ulo si Alfred na swan. Naging magkakabarkada na silang lahat, dahil siya ang unang dumating bago pa man dumating ang mga sanggol.

"May ilang bagay akong gustong ikwento sa'yo. Una, salamat sa pag-welcome ninyo sa akin. Ang saya na makita kayong lahat at salamat sa pagpaparamdam sa akin na bahagi ako ng inyong koponan."

"Ahhhhh," sabi ni Lia.

"Ang kailangan kong sabihin ay, may sinusulat ako sa isang libro tungkol sa ibang mga bata na may espesyal na kapangyarihan tulad ninyo. Nasa drawer ng night table ko ito. Sa susunod na pupunta kayo para bumisita, ibibigay ko ito sa inyo para kunin ninyo ang iba at tulungan kayong talunin Ang mga Furya."

"Kakailanganin namin ang lahat ng tulong na maaari naming makuha," sabi ni Lia.

"Akala nina Raphael at Eriel na makakatulong sila sa'yo, kaya gusto nilang ibigay ko sa kanila ang mga detalye. Kaya sinulat ko ito – para hindi ako makalimot ng anumang mahalaga."

"Iyon ba ang dahilan kung bakit dinala ka nina Raphael at Eriel sa puting silid?" tanong ni E-Z.

"Oo at hindi. Ibig kong sabihin, oo. Alam nila tungkol sa ibang mga bata. Pero hindi, hindi nila ako diretsahang pinakiusapan na ibigay ang impormasyon tungkol sa kanila. Alam kong mahalaga sa'yo ang mga batang ito at kung wala sila, hindi mo matatalo Ang mga Furya."

"Ano ang alam mo tungkol sa Ang mga Furya?" tanong ni Alfred.

Nanginig si Rosalie at pinagsalubong ang kanyang mga braso. "May ilang bagay akong alam tungkol sa kanila. Halimbawa, sila ay tatlong nakakatakot na magkakapatid na babae na bumalik dito sa mundo para gumawa ng kasamaan."

E-Z said, "Hindi ka nagbibiro. Nakita ko mismo ang pinsalang nagawa na nila hanggang ngayon. Gumagawa kami ng plano. Pero sabihin mo sa amin, nasaan ang iba pang mga bata? Sa tingin mo ba tutulungan nila kami? Iyon kung makakaisip kami ng paraan para dalhin sila rito."

"Mabubuting bata sila, pero kailangan mong itanong sa kanila, at sa kanilang mga magulang para humingi ng permiso. Ang isa ay nasa kabilang panig ng mundo sa Australia, ang isa ay nasa Japan at ang isa pa ay nasa Estados Unidos sa Phoenix, Arizona. Maaaring may iba pa, pero itong tatlo lang ang nakausap ko hanggang ngayon," sabi ni Rosalie.

"Sa kabilang banda, ang pagdadala ng mga bagong bata ay magpapalito sa mga bagay," sabi ni E-Z. "Bukod pa rito, kung tayo ay mabigo, wala nang hahalili sa atin. Mas mabuting tayo na lang ang mag-asikaso nito, na may pinakamaliit na posibleng exposure. Kung kaya nating gawin ito, ibig kong sabihin, alisin Ang mga Furya – mga Diyosa ng Paghihiganti – bakit pa isasali ang iba? Mga estranghero? Bakit isusugal ang buhay ng ibang mga bata?"

"Hindi pa matagal nang tayo'y mga estranghero pa sa isa't isa," sabi ni Alfred.

"Estreanghero pa rin ako – kahit magkamag-anak pa tayo," ani Charles Dickens. "Pero hindi ako isa sa Tatlo. Si E-Z ang namumuno at masaya akong gawin ang anumang sa tingin niya ang pinakamainam. Sabi ng mga tagahanap ng metal, baguhan pa lang ako. At totoo nga."

Tumingin si Rosalie sa batang lalaki sa Screen. "Hindi pa tayo pormal na nagpakilala," sabi niya. "Ako si Rosalie at sigurado akong mas baguhan pa ako kaysa sa'yo."

Tumawa si Charles. "Ako si Charles Dickens."

"May kaugnayan ka ba sa, alam mo, YANG Charles Dickens?" tanong ni Rosalie.

"Uh, oo, ako nga – muling isinilang."

Tumawa si Rosalie. "Akala ko narinig ko na lahat. Well, masaya akong makilala ka, Charles."

May malakas na katok sa pintuan sa harapan.Ilang segundo lang ang nakalipas, may mga paang may bota na naglakad sa pasilyo sa kabila ng pagtutol ni Sam.

"Rosalie," sabi ng pinakamalaki sa dalawang lalaki sa likod ng nakasaradong pinto. "Oras na para bumalik sa bahay. Kailangan mo ang mga gamot mo, kaya lumabas ka na, o papasok kami para kumuha sa'yo."

Tumayo si Rosalie, "Mukhang naibigay ko na sa'yo ang lahat ng kailangan mong malaman at sa tamang oras pa." Lumakad siya papunta sa pinto, binuksan ito, at umalis kasama ang mga tagapag-alaga.

Sa likod ng ambulansya, isang minuto, pagkatapos ay nasa puting silid. Pareho pa rin ang mga estante at ang mga libro, pero hindi ang amoy. Dati ay walang amoy, pero ngayon, masangsang. Amoy bulok. Karumaldumal. Parang bleach at bulok na itlog.

Sa pamamagitan ng pader, pumasok ang tatlong babaeng nakasuot ng itim mula ulo hanggang paa. Sa halip na buhok, ahas ang mayroon sila. At mas maraming ahas ang gumagapang pataas at pababa sa kanilang mga braso. Sumugod sila sa kanya. Ang kanilang mga pakpak na parang paniki ay taliwas sa kadalisayan at kaputian ng silid. May bula ng dugo ang lumalabas mula sa kanilang mga mata, habang hinahampas nila ang kanilang latigo patungo sa kanya.

At hindi matiis ang kanilang baho.

"Sabihin mo sa amin ang gusto naming malaman," saway nang magkakasabay ang mga Furya– mga Diyosa ng Paghihiganti.

"Hindi ko alam kung ano ang tinatanong ninyo sa akin," sabi ni Rosalie, habang hinahawakan ang kanyang ilong.

SILOT.

Ang pagputok ng latigo ay dumampi sa balat ng pisngi ng matandang babae. Nang hipuin niya ang kanyang mukha, at tiningnan ang kanyang kamay, ito ay natabunan ng dugo.

"Alam mo," sabi ni Allie, habang siya at ang kanyang mga kapatid ay muling pinitik ang kanilang mga latigo sa paligid ng mas matandang babae.

"Hindi ko alam ang ibig mong sabihin."

May isang estanteng aklat na bumagsak. Kung hindi dahil sa mabilis na paggalaw ng hagdan, nadurog si Rosalie sa ilalim nito.

SILOT.

Nananaginip lang ako, naisip ni Rosalie. Kailangan kong magising. Kailangan kong magising

NGAYON

at lumayo sa mga kakila-kilabot at mabahong nilalang na ito.

May isa pang estanteng aklat ang bumagsak.

Sunod pa ang isa. At isa pa.

Hindi nagtagal, tumama rin sa sahig ang hagdan at tumalbog. Minsan, dalawang beses, tatlong beses. Pagkatapos ay nabasag ito nang pira-piraso.

"Ay hindi!" sigaw ni Rosalie.

"Ikukuha mo sa amin ang gusto namin, mahal," utos ni Tisi, habang itinaas niya ang nakatatandang babae mula sa sahig at binalot siya ng kanyang mga braso na parang ahas.

Nanganganib na nakabitin ang mga paa ni Rosalie. Habang pinipiga ng mga ahas ang kanilang kapit sa itaas ng katawan niya.

"Ingat ka, ate, baka ma-atake sa puso yang babaeng iyan," sigaw ni Meg habang lumalapit kay Rosalie. "Ibigay mo sa amin ang gusto namin, mahal."

"Hindi ko sasabihin sa inyo ang kahit ano. Kahit ano pa ang gawin ninyo sa akin," sabi ni Rosalie.

Matapang siyang tunay. Sapagkat alam niyang hindi siya nag-iisa. Nariyan si Lia, nakikinig.

"Ganap na sayang ito," sabi ni Allie habang iniangat niya ang isang latigo sa ere at pinabagsak ang isang buong pader ng mga estante ng libro. Ilang may-pakpak na libro ang nagpupumiglas para makalabas mula sa ilalim ng mga estante. Ang isa ay sinubukang lumipad gamit ang natitirang pakpak nito.

Lumiko si Tisi patungo sa malayong pader at sinindihan ang mga libro. Bumagsak ang mga ito, na parang domino, sa ibabaw ng kawawang si Rosalie na natabunan ng mga nasusunog na libro.

Sumigaw nang malakas at buong pagmamalaki ang mga Furya – mga Diyosa ng Paghihiganti.

Tinawag ni Rosalie ang pangalan ni Lia sa kanyang isipan. "Saan ka Lia?" tanong niya. "Saan ka, munting isa?"

Pabalik sa bahay, binuksan ni E-Z ang kanyang laptop. "Sige, nagkaroon na tayo ng pagkakataong matulog at pag-isipan ito. Nagkakasundo ba tayo na wala tayong ibang pagpipilian kundi labanan ang mga Furya – mga Diyosa ng Paghihiganti?"

Tumango sina Lia at Alfred.

"At kailangan nating kunin ang iba pang mga batang ito at dalhin sila rito. Tatlo tayo at tatlo sila. Lia, pupunta ka sa Phoenix – pwede kang ihatid ni Little Dorrit o kaya'y sasakay ka ng eroplano."

"Mas gusto ko si Little Dorrit."

"Sige, ayos na ang una nating bata. Bagaman hindi natin alam ang pangalan niya o kung nasaan siya eksakto sa Phoenix, Arizona. At kailangan mo ring kumuha ng pahintulot mula sa mga magulang niya. Hindi ito magiging madali dahil kailangan mong ipaalam sa kanila kung anong klaseng panganib ang haharapin ng kanilang anak."

"Oo, kailangan kong kumuha ng karagdagang detalye mula kay Rosalie."

"Alfred, maaari kang pumunta sa Japan. Iminumungkahi kong lumipad ka – kailangan nating ayusin ang mga lohistika. Kailangan mong bumalik kasama ang bata, kung papayagan ka ng kanyang mga magulang. Muli, kailangan natin ng tiyak na impormasyon mula kay Rosalie kung nasaan ang bata. At magkakaroon ng hadlang sa wika, maliban kung marunong ka ng Hapon?"

Umiling si Alfred.

"Kukuha ako ng tagasalin."

"Bibigyan ka namin ng telepono at maaari kang maglagay ng app na magsusalin para sa iyo. Magkakaroon ng kurba sa pagkatuto," sabi ni E-Z. "Lalo na't wala kang mga daliri."

"Ayos lang sa akin," sabi ni Alfred. "Kailangan kong magsimulang magtrabaho sa telepono agad-agad. Hindi dapat magtatagal para matutunan ko ito. Samantala, pwede sabihing ako'y isang gansa ni Rosalie sa bata – para hindi sila mahulog at mawalan ng malay nang unang makita ako."

"Mabuting ideya iyon," sabi ni Lia. "Pero paano ka magta-type?"

"Magagamit ko ang tuka ko."

"O kaya isang voice-activated program," sabi ni E-Z.

"Ang astig," magkasabay na sabi nina Lia at Alfred.

"At lilipad ako papuntang Australia. Sasakay ako ng eroplano pabalik kasama ang bata, pero mas mabilis kung diretsu akong pupunta roon. Oh, at isang bagay pa, kailangan nating mag-isip ng lagusan para sa ating sarili. Isang paraan para makalabas tayo – sakaling mahuli, mapatay, o masaktan ang isa o higit pa sa atin. Dapat tayong maging handa sa lahat ng bagay. Kung mamatay tayo bago natin matapos ito, wala nang matitira para magpulot-pulot ng mga pira-piraso."

"Ang mga arkanghel," nauutal na sabi ni Lia, saka tumigil. Nanlalamig siya, at hindi na siya makahinga. Yumakap siya sa sarili.

"Okay ka lang ba?" tanong ni E-Z.

"Shhh," sabi niya. Walang tunog sa silid o sa isip niya, ganap at lubos ang katahimikan. Bumalik sa normal ang tibok ng puso niya pati na rin ang kanyang paghinga.

"Maling alarma," sabi niya. "Akala ko may mali, na para bang may SOS akong natatanggap, pero mukhang ayos na naman ngayon."

"Madalas ba nangyayari 'yan?" tanong ni Alfred.

"Hindi," sabi ni Lia.

"Sige, mag-umpisa na tayong mag-brainstorm," sabi ni E-Z. At ginugol nila ang natitirang bahagi ng araw sa paggawa ng listahan, pagtutok sa kung ano ang maaaring pumalya at kung ano ang maaaring maging tama.

Umalis sila papunta sa kani-kanilang silid at natulog.

Isang payapang gabi iyon para sa lahat maliban kay Rosalie.

Si Rosalie, na hindi narinig ang tinig.

Na hindi pinakinggan ang tinig.

Walang tulong ang dumating.

Winasak ang Puting Silid.

Walang sinumang dumating upang iligtas si Rosalie.

Mula sa masasamang mga Furya.

SALAMAT!

Mga minamahal kong mambabasa,

Maraming salamat sa pagbabasa ng ikatlong aklat sa seryeng E-Z Dickens... Paumanhin sa malungkot na wakas ngunit kung minsan ay nangyayari talaga ang mga ganitong bagay.

Malalabas na rin ang huling aklat sa lalong madaling panahon!Muli, maraming salamat sa lahat ng tumulong upang maging ganito ang seryeng ito, gaya ng aking mga beta reader, tagapag-proofread, at mga editor. Pagpupugay!

Sa aking mga kaibigan at pamilya, salamat sa inyong paghihikayat at suporta.

At gaya ng dati, Maligayang Pagbabasa!

Cathy

TUNGKOL SA MAY-AKDA

Si Cathy McGough ay isang manunulat na taga-Canada na ang mga akda ay sumasaklaw sa panitikang pambata; kathang pangkabataan; kathang pampanitikan; sikolohikal na thriller; tula; maiikling kuwento; at di-kathang-isip. Nakatira at nagsusulat siya sa Ontario, Canada kasama ang kanyang pamilya.

IBA PA NI:

KATHANG0ISIP

MGA BATANG MAMBABASA (YA)

E-Z DICKENS SUPERHERO AKLAT APAT: SA YELO

www.ingramcontent.com/pod-product-compliance
Lightning Source LLC
LaVergne TN
LVHW040609061026
849523LV00001B/129
* 9 7 8 1 9 9 7 8 7 9 4 7 3 *